കുറുപ്പേട്ടന്റെ സണ്ണില്ലാമാർ

Kuruppettante sannillamar
Narmalekhanangal

C P Nair

CHINTHA PUBLISHERS
Thiruvananthapuram

First Edition
April 2023

Published
Chintha Publishers, Thiruvananthapuram

Typesetting
Star Communications, Thiruvananthapuram

Printed at
Print Express, Kochi

Cover Design
Vinod Mangoes

ISBN : 978-93-94753-97-6

CO - 3262 / 6456

Email: chinthapublishers@gmail.com
Website: www.chinthapublishers.com

A version is available at National Libraries
Kolkata, Mumbai, Chennai and Delhi

Distribution
DESHABHIMANI BOOKHOUSE
H O Thiruvananthapuram 695035

Branch
Head Office Kunnukuzhi • Statue Thiruvananthapuram
KSRTC Bus Terminal Thampanoor • Saphalyam Complex Thiruvananthapuram
KSRTC Bus Station Alappuzha • KSRTC Bus Station Ernakulam
Machingal Lane Thrissur • IG Road Kozhikode
Mavoor Road Kozhikode • NGO Union Building Kannur
Central Bus Terminal Complex Thavakkara Kannur

കുറുപ്പേട്ടന്റെ സണ്ണില്ലാമാർ

സി പി നായർ

ചിന്ത പബ്ലിഷേഴ്സ്
തിരുവനന്തപുരം-695 035

സി പി നായർ

1940 ഏപ്രിൽ 25 ന് മാവേലിക്കരയിൽ ജനിച്ചു. പ്രസിദ്ധ സാഹിത്യകാരനും നടനും ചരിത്രപണ്ഡിതനുമായിരുന്ന എൻ പി ചെല്ലപ്പൻനായരുടെ ഏകപുത്രൻ. മാവേലിക്കര യിലും തിരുവനന്തപുരത്തും വിദ്യാഭ്യാസം. എം എ (ഇംഗ്ലീഷ്) ഒന്നാം റാങ്കിൽ ജയിച്ചു. മൂന്നു വർഷം കോളേജ് അദ്ധ്യാപകനായിരുന്നു.

1962 ൽ ഐ എ എസിൽ പ്രവേശിച്ചു. സബ് കളക്ടർ, തിരുവനന്തപുരം ജില്ലാ കളക്ടർ, സിവിൽ സപ്ലൈസ് ഡയറക്ടർ, കൊച്ചി തുറമുഖ ട്രസ്റ്റ് ഡെപ്യൂട്ടി ചെയർമാൻ, മുഖ്യമന്ത്രിയുടെ സെക്രട്ടറി, ആഭ്യന്തരവകുപ്പ് സെക്രട്ടറി, ചീഫ് സെക്രട്ടറി എന്നിവയാണ് ഏറ്റെടുത്ത പ്രധാന ചുമതലകൾ. 1971–72 ൽ ലണ്ടൻ സർവ്വകലാശാലയിൽ നഗരവല്ക്കരണത്തെക്കുറിച്ച് ഒരുവർഷം ഉപരിപഠനം നടത്തി.

തകിൽ, മിസ്റ്റർ നമ്പ്യാരുടെ വീട്, ലങ്കയിൽ ഒരു മാരുതി, ചിരി ദീർഘായുസ്സിന്, പൂവാലന്മാർ ഇല്ലാതാകുന്നത്, ഉഗാണ്ട മലയാളം, ഇരുകാലി മൂട്ടകൾ, കുഞ്ഞൂഞ്ഞമ്മ അഥവാ കുഞ്ഞൂഞ്ഞമ്മ, പുഞ്ചിരി, പൊട്ടിച്ചിരി, സംപൂജ്യനായ അദ്ധ്യക്ഷൻ, തൊഴിൽ വകുപ്പും എലിയും, നേര്, ഒന്നാം സാക്ഷി ഞാൻ തന്നെ, കുമാരി ഭാസുരയുടെ ക്രൂരകൃത്യങ്ങൾ, ജയ് ഹോ, സീരിയൽ നടി പിടിയിൽ, രതിസുഖസാരേ, ആൾക്കൂട്ടത്തിൽ തനിയെ, എന്ദരോ മഹാനുഭാവുലു (സർവ്വീസ് സ്റ്റോറി) എന്നിവ പ്രസിദ്ധീകൃത കൃതികൾ. ഹാസസാഹിത്യത്തിനുള്ള 1994 ലെ കേരള സാഹിത്യ അക്കാദമി അവാർഡ് *ഇരുകാലിമൂട്ടകൾ* എന്ന ഗ്രന്ഥത്തിന് ലഭിച്ചു.

ഭാര്യ : സരസ്വതി
മക്കൾ : ഗായത്രി, ഹരിശങ്കർ
വിലാസം : സീസൺസ് അപ്പാർട്ട്മെന്റ്സ്,
കുറവൻകോണം, തിരുവനന്തപുരം – 695 003

ഉള്ളടക്കം

സ്നേഹനിധിയായിരുന്ന എന്റെ ചേച്ചിക്ക്-
അന്തരിച്ച ഇന്ദു ബി നായർക്ക്

പ്രസാധകക്കുറിപ്പ്

കാലം ഏറെ പുരോഗമിച്ചെങ്കിലും അതിയാഥാസ്ഥിതിക നിലപാടുകളിലൂടെയാണ് മലയാളിസമൂഹം നീങ്ങിക്കൊണ്ടിരിക്കുന്നത്. ജാതി മത വർണ്ണവർഗ്ഗ ലിംഗ വിവേചനങ്ങൾ ദൃഢതരമായ പൊതുമണ്ഡലത്തിൽ ഇത്തരം വിവേചനങ്ങളെ നിരാകരിക്കുന്ന നിലപാടുകൾ പ്രതീക്ഷാവഹമാണ്. ഇത്തരത്തിലുള്ള കേരളീയ സമൂഹത്തിലെ വിവിധ വിഷയങ്ങളെ നർമ്മത്തിന്റെ പശ്ചാത്തലത്തിൽ സി പി നായർ എഴുതിയ ലേഖനങ്ങളുടെ സമാഹാരമാണ് *കുറുപ്പേട്ടന്റെ സണ്ണില്ലാമാർ*. വേറിട്ട വായനയ്ക്ക് ഉപകാരപ്രദമായ കൃതി.

ചിന്ത പബ്ലിഷേഴ്സ്

അമ്മായി

"താങ്കൾ ബന്ധുമിത്രാദികളോടൊപ്പം കാലേകൂട്ടി വന്നിരുന്ന് അടിയന്തിരം മംഗളകരമായി നടത്തിത്തരണമെന്നപേക്ഷ" എന്ന ക്ഷണക്കത്തിലെ സ്നേഹനിർഭരമായ അഭ്യർത്ഥന അക്ഷരാർത്ഥത്തിൽ അനുസരിച്ചാണ് കുഞ്ചു നായർ ഭാര്യ, മകൻ, മരുമകൾ, കൊച്ചുമകൻ, ഇവരോടൊത്തു പഴയ സുഹൃത്തിന്റെ ഏകപുത്രിയുടെ വിവാഹത്തിനെത്തിയത്.

വധൂപിതാവിന് ആനന്ദലബ്ധി, വിശേഷിച്ചും മൂന്നു വയസ്സുകാരൻ ന്യൂ ജനറേഷനെ കണ്ടപ്പോൾ.

"എല്ലാരും എത്തി. മനോഹരൻ പിള്ളയ്ക്ക് സന്തോഷമായി. എന്നാൽ ഉണ്ണാനങ്ങിരിക്കുകല്യോ? മുഹൂർത്തത്തിന് ഇനീം കെടക്കുന്നു ഒരു മണിക്കൂർ."

ഇരിക്കാം എന്നു സമ്മതിച്ചു, സന്തോഷത്തോടെ.

"ഞാൻ കൂടെ വരാം. ദേണ്ടെ നോക്കിയാട്ടെ അലമ്പുകൾ ഇടിച്ചു കേറുന്നത്, ആക്രാന്തമെടുത്ത്. കഷ്ടം തന്നെ. ഇദ്യം വന്നാട്ടെ." മനോഹരൻ പിള്ള മുമ്പേ നടന്നു വഴികാണിച്ചു. പഴയ വേത്രവതി സ്റ്റൈലിൽ, കാത്തിനേതുമേ പീഡയുണ്ടാകൊലാ എന്നാഗ്രഹമുള്ളതിനാൽ കുഞ്ചു നായർ സകുടുംബം ആശ്വാസത്തോടെ അനുഗമിച്ചു.

പറഞ്ഞത് നേരാണ് ക്ഷണിതാക്കൾ ഒരു മനുഷ്യപ്പറ്റും ഇല്ലാതെ ഇടിച്ചു കേറുകയാണ്. കഷ്ടപ്പെട്ടു മനോഹരൻപിള്ള അഞ്ചുകസേര ഒപ്പിച്ചെടുത്തു. തൊട്ടടുത്ത കസേര കുഞ്ചു നായർ വാത്സല്യപൂർവ്വം കൊച്ചുമോനുവേണ്ടി സംവരണം ചെയ്തു. കർച്ചീഫുകൊണ്ട് റിസർവ്വേഷൻ അടയാളപ്പെടുത്തി.

അത്യാഹിതം സംഭവിക്കാൻ ഒരു നിമിഷമേ വേണ്ടിവന്നുള്ളൂ.

കുഞ്ചു നായരെ അക്ഷരാർത്ഥത്തിൽ ഞെട്ടിച്ചുകൊണ്ട് തൊട്ടടുത്ത

കസേരയിൽ ഒരു സ്ഥൂലശരീരിണി സ്വയം അങ്ങ് പ്രതിഷ്ഠിച്ചു, കുറെ ശക്തിയോടെ തന്നെ. മരുമോളെ (മിക്കപ്പോഴും ആശാ ശരത്ത്) നിരന്തരം പീഡിപ്പിക്കുകയും അവളുടെ ഗർഭം കലക്കുകയും അറ്റകൈയായി അവളെ വിഷം കൊടുത്ത് ഉന്മൂലനം ചെയ്യുകയും ചെയ്യുന്ന ഒരു സീരിയൽ അമ്മായിയമ്മയുടെ മട്ട്, മുഖത്ത് രൗദ്രമാണ് സ്ഥായീഭാവം. പരപുച്ഛം സഞ്ചാരി ഭാവവും.

സ്ഥൂലശരീരിണി നിർവ്വിശങ്കം കർച്ചീഫെടുത്തു പുറകോട്ടെറിഞ്ഞു. അവന്റെയൊക്കെ ഒരു റിസർവ്വേഷൻ. പീറകൾ! ഫൂ!

കാനായിയുടെ പ്രസിദ്ധമായ മലമ്പുഴയക്ഷിയുടെ രൂപം അവ്യക്തമായി കുഞ്ചുനായരുടെ മനസ്സിലൂടെ കടന്നുപോയി.

മനമോടാത്ത കുമാർഗ്ഗമില്ലെടോ എന്നു കവി പറഞ്ഞതുനേര്, കുഞ്ചുനായർ കുമാർഗ്ഗത്തിൽ നിന്ന് മനസ്സിനെ ബലമായി പിന്തിരിപ്പിച്ചു. ശാസിച്ചു. വെരട്ടി. രഹസ്യമായി സെൻസർ ചെയ്തു.

മനോഹരൻ പിള്ള ദുരന്തനാടകം കണ്ടു കുഞ്ചുനായരെ നിസ്സഹായനായി, ദയനീയമായി നോക്കി. ഏകലോചനംകൊണ്ട് കോപമോടും ഹിഡുംബിയേയും ശോകത്തോടപരേണ കുഞ്ചുനായരെയും കൊച്ചുമോനെയും എന്നു പറയുകയാവും കുറെക്കൂടി ശരി.

സാരമില്ലെന്നു കുഞ്ചുനായർ ആശ്വസിപ്പിച്ചു.

"ഹല്ലേ ഇതാര്? കുഞ്ചുനായരു സാറല്യേ? സുഖങ്ങളുതന്ന്യേ? അയ്യോ വയസ്സായിപ്പോയല്ലോ! ഹല്ല, അമ്മായിക്കു വി ഐ പി സീറ്റു തന്നെ കിട്ടിയിരിക്കുന്നല്ലോ. ഇതുവന്നു കുഞ്ചുനായരുസാർ, മുൻ ചീഫ് സെക്രട്ടറി."

പഴയ ബോളിവുഡ് നടൻ മുക്രിയുടെ ഛായയുള്ള ഒരു മദ്ധ്യവയസ്ക്കൻ. ഹിഡുംബിയക്കന്റെ ഏതോ ബന്ധുവായിരിക്കണം.

ഹിഡുംബിമാഡം കേട്ട ഭാവം നടിച്ചില്ല. പ്രധാനമന്ത്രിയോ രാഷ്ട്രപതിയോ ആയാൽപ്പോലും തനിക്ക് തൃണമപിനാസ്തി എന്ന മട്ട്.

"ഇതാരെന്നറിയുമോ സാർ?" മുക്രിയുടെ ചോദ്യം.

കുഞ്ചുനായർക്ക് കലി വന്നു. ലോകാരംഭം മുതൽ ചിന്താശക്തിയുള്ള മനുഷ്യൻ സ്വയം ചോദിച്ച ചോദ്യമാണ് – ഞാൻ ആര്, എവിടെ നിന്നു വന്നു? ജഗദ് ഗുരു ആദിശങ്കരനും ചോദിച്ചു. "കസ്ത്വം, കോഽഹം കുത ആയാതഃ" എന്ന്. അതു പോകട്ടെന്ന് വയ്ക്കാം. യാതൊരു മാന്യതയും മര്യാദയുമില്ലാതെ, താൻ കൊച്ചുമോനുവേണ്ടി കരുതി വച്ച കസേരയിൽ ആക്രമിച്ചു വലിഞ്ഞു കയറിയിരുന്ന എരണംകെട്ട തൈക്കിളവി ആരായാലെന്ത്? അറിഞ്ഞിരിക്കാൻ നസ്രിയാ നസീമോ, അമലാ പോളോ, റിമാ കല്ലിങ്കലോ, മേഘ്നാ രാജോ, ആൻ അഗസ്റ്റിനോ മറ്റോ ആണോടോ എനത്താനേ എന്നു ചോദിക്കാനാണ് തോന്നിയത്. സുജനമര്യാദ കരുതി ചോദ്യം തൊണ്ടയിൽ ഒതുക്കി.

"എന്നാൽ കേക്കണം. ഇതു വന്നു നമ്മുടെ അമ്മായി. എന്നുവച്ചാൽ നമ്മുടെ ഒയ്ഫിന്റെ ഒൺളിമദർ. മാമിയല്ല, മദറില്ലായാണ് കേട്ടോ?

മനസ്സിലായല്ലോ." മുക്രി ഒരു വളിച്ച ചിരി ചിരിച്ചു.

അമ്മായി കൊച്ചമ്മായി മരുമോന്റെ അവതാരിക കേട്ടഭാവം നടിച്ചില്ല. മുമ്പോട്ടു നോക്കി ഘനഗംഭീരയായി ഒരിരുപ്പാണ്. ബഹുമാനിയാ ഞാനാരെയും തൃണവൽ എന്ന ഭാവം.

കുഞ്ചുനായർ 'നമ്മുടെ ഒയ്ഫ്' എന്ന പ്രയോഗത്തിന്റെ അർത്ഥതലങ്ങളെക്കുറിച്ച് ചിന്തിച്ചു. നമ്മുടെ എന്നുവച്ചാൽ മുക്രിയുടെയും എന്റെയും കൂടി ഒയ്ഫ്. ജോയിന്റെ അൺഡിവൈഡഡ് പ്രോപ്പർട്ടി. ഞങ്ങളുടെ ഉഭയകക്ഷികളുടെയും കൂട്ടായ തണ്ടപ്പേരിൽ കീഴിൽ കൂട്ടായ കൈവശാവകാശവും കരം തീരുവയും നിരാക്ഷേപമായ അനുഭവവും ഉള്ളതാകുന്നു എന്ന റവന്യൂ ഭാഷ്യം. പഴയ പോളിയാൻഡ്രി തന്നെ!

മുക്രി കുഞ്ചുനായരുടെ ചിന്താധാരയെ ഭേദിച്ചു. "ഇദ്യം കേട്ടു കാണും പുതുവൽ കുട്ടൻപിള്ള പ്രവർത്ത്യാരദ്യത്തിനെ. സമസ്ത പേഷ്ക്കാരന്മാരുടെയും കണ്ണിലുണ്ണി. (കണ്ണിറുക്കി) നെടുമങ്ങാട്ടും നെയ്യാറ്റിൻകരയുമായി പത്തിരുപതേക്കർ പുതുവൽ ഭാര്യയുടെയും മക്കളുടെയും പേരിൽ പതിപ്പിച്ചെടുത്തു. അങ്ങനെ വന്നതാണു പുതുവൽ കുട്ടൻപിള്ള എന്നപേര്. അതൊക്കെ ഓരോരുത്തരുടെ കഴിവും മിടുക്കും അല്ലേ സാർ? അമ്മാവനു വന്നു നയൻ ഡോട്ടേഴ്സാണ്. അമ്മായിവന്നു ജൂനിയർ മോസ്റ്റ്!" ഒരു ഫലിതം പറഞ്ഞ മട്ടിൽ മുക്രി ചിരിച്ചു. ഭൂമാഫിയയുടെ വീരഗാഥയിൽ കുഞ്ചുനായർ യാതൊരു താല്പര്യവും കാണിച്ചില്ല.

പുരാവൃത്ത പരാമർശത്തിൽ താനും തല്പരയല്ലെന്നു പൊന്നമ്മായിയും സൂചിപ്പിച്ചു. മരോൻ രാജാ തുടർന്നു.

"അമ്മായീടെ മൂത്തമ്മായ് ശുദ്ധോദനൻ നായർ വന്നു കൊട്ടാരക്കര മജിസ്ട്രേട്ടാണ്."

"മജിസ്ട്രേട്ടോ? അതുപണ്ട്. ഇപ്പോൾ ജഡ്ജിയാണ്, ജഡ്ജി." അമ്മായി ആദ്യമായി മൗനം ഭഞ്ജിച്ചു. ഈർഷ്യയോടെ മരുമോനെ തിരുത്തി.

അമ്മായിയുടെ തിരുമുഖത്തുനിന്നും സാമാന്യം വലിയ ഒരു അവിയൽക്കഷണം കുഞ്ചുനായരുടെ ഷർട്ടിൽ വന്നുവീണു പുള്ളികുത്തി. അകലെ നിന്നും കൊച്ചുമോൻ മാധവൻ അപ്പൂപ്പന്റെ പങ്കപ്പാടുകണ്ട് കൊച്ചരിപ്പല്ലു കാണിച്ച് പൊട്ടിച്ചിരിച്ചു.

"ടെന്നീസ് പാറുക്കുട്ടിയമ്മ എന്നു പറഞ്ഞാൽ അറിയാത്തവരില്ല." മരുമോൻ ജി അമ്മായി മാഹാത്മ്യം അടുത്ത അദ്ധ്യായത്തിലേക്ക് കടന്നു.

ടെന്നീസല്ല, കളരിപ്പയറ്റോ കരാട്ടേയോ കുങ്ഫൂവോ ഗാട്ടാ ഗുസ്തിയോ ആണ് കുറേക്കൂടി യോജിച്ചതു പാറുക്കുട്ടി മാതാവിനെന്നു തോന്നി കുഞ്ചുനായർക്ക്. കരാട്ടേ പാറുക്കുട്ടിയമ്മ. കുങ്ഫു പാറുക്കുട്ടിയമ്മ. ഫയൽവാൻ പാറുക്കുട്ടിയമ്മ. സൗണ്ട്സ് ഗ്രേറ്റ്!

"വിമൻസ് കോളേജാണ്" മരോൻ ആദരപൂർവ്വം തുടർന്നു. "പഴയ ബിയേ, ശോണാധരിയമ്മ ടീച്ചറിന്റെ പെറ്റ് സ്റ്റുഡന്റ്."

"അങ്ങനെ വരട്ടെ! പഴയ ബീയേ വീര്യം കൂടിയ ഇനം. രണ്ടു ഷേക്സ്പിയർ. ഓൾഡ് വൈൻ, ഓൾഡ് വിമൻ, ഓൾഡ് ബുക്സ്

എന്നൊരു കുരുത്തംകെട്ട പ്രയോഗം പണ്ടെവിടെയോ കേട്ടതോർത്ത് കുഞ്ചു നായർ. അല്ലെങ്കിലും ഓൾഡ് ഇസ് ഗേൾഡ് എന്നാണല്ലോ ആചാര്യവചനം.

“അതു ശരി, വിമൻസ് കോളേജ്, ആദ്യത്തെ ബാച്ചായിരിക്കണം.” അറിയാതെ കുഞ്ചു നായർ പറഞ്ഞുപോയി.

പാറുട്ട്യമ്മ പൊട്ടിത്തെറിച്ചു.

“ആദ്യത്തെ ബാച്ചോ? വിമൻസ് കോളേജ് സ്ഥാപിച്ചതെന്നാണെന്നു നിങ്ങൾക്ക് വല്ല വിവരവുമുണ്ടോ ഹേ? എയിറ്റീൻ നയന്റിറ്റു! നൂറ്റിരുപത്തിരണ്ട് വർഷം മുമ്പ്. അപ്പം ഞാനെങ്ങനെ ആദ്യത്തെ ബാച്ചാകും? എനിക്കെത്ര വയസ്സ്? നൂറോ നൂറ്റിയിരുപതോ? ഇത്ര വിവരമില്ലേ നിങ്ങൾക്ക്?”

കുഞ്ചു ലജ്ജിച്ചു കുനിഞ്ഞിരുന്നു. പൊന്നു ചെട്ടികുളങ്ങരയമ്മേ എന്തിനാണ് ഈ വികടസരസ്വതി എന്റെ നാവിൽ വന്നു കയറിയത്, കുഞ്ചു പരിഭവം പറഞ്ഞു. എന്നിട്ട് ജാതകത്തിൽ കഴിഞ്ഞ നൂറ്റാണ്ടിലെ സിദ്ധദൈവജ്ഞൻ,. സാക്ഷാൽ തകഴി രാമവാരിയർ, എഴുതിവച്ചിരുന്നതോർത്തു.

രണ്ടാം ഭാവത്തിനു കുജശനികളുടെ ദൃഷ്ടിവരികയാൽ സംഭാഷണം ചിലപ്പോൾ അന്യർക്ക് അപ്രിയം ചെയ്യുന്നതായിരിക്കും.

അപ്രിയം, പോലും! തള്ളയുടെ രൗദ്രഭാവം കണ്ടപ്പോൾ എച്ചിൽ കൈകൊണ്ടു തല്ലുമെന്നു തോന്നി.

പക്ഷേ, വാരിയരാശാൻ അങ്ങനെയാണ്. അണ്ടർ സ്റ്റേറ്റ്മെന്റിന്റെ ഉസ്ദാദ്. കഴിഞ്ഞ ജന്മം ബ്രിട്ടീഷുകാരനായിരുന്നിരിക്കണം. മൃദുഭാഷി, സൗമ്യൻ അദ്ദേഹമെഴുതിയ ഒരു ജാതകത്തിൽക്കണ്ട പരാമർശം ഓർമ്മയിലെത്തി.

ഇടവത്തിൽ ഏഴാം ഭാവത്തിൽ സമ്പൂർണ്ണ കുജശുക്രയോഗം ഭവിക്കുകയാൽ പ്രകൃതി വിലാസങ്ങളിൽ അതീവതല്പരനായിരിക്കും. ആശാന്റെ ഘീർവ്വാണത്തിനു പച്ച മലയാളത്തിൽ അർത്ഥം പിടികിട്ടിയോ?

ക്വാഴി! സൂപ്പർ ക്വാഴി!

വെൽ, അതായിരുന്നു വാരിയരാശാൻ.

“സാരമില്ല സാർ. അമ്മായിക്കു ദേഷ്യം മൂക്കിന്റെ തുമ്പത്താണ്. അതുപോകട്ടെ. സാറിനെ ഒരു കാര്യം പ്രത്യേകം ഓർമ്മിപ്പിക്കുവാണ്. ഒന്നു ഹെൽപ്പു ചെയ്തേ ഒക്കൂ. അമ്മായി കടുത്ത ഷുഗറാണ്. പക്ഷേ, പണ്ടേ പായസം പ്രാണൻ. സേമിയായും പാലടയും ഒന്നും കേറിപ്പിടിക്കാതെ സാർ ഇത്തിപ്പോരം ശ്രദ്ധിച്ചുകൊള്ളണം. ഒരു മൈൻഡ് ഇരുന്നാൽ മതി. എനിക്കുവന്നു ഞങ്ങടെ പ്ടാഹയുടെ വാർഷികയോഗം. മന്ത്രി ഉദ്ഘാടനം, എമ്മല്ലേ അദ്ധ്യക്ഷൻ, നമ്മളുതന്നെ സെക്രട്ടറി. പോകാതെ വയ്യാ... അപ്പോൾ ശരി.”

കുഞ്ചുനായർ മരുമോനെ ദയനീയമായി നോക്കി. കാണാത്ത മട്ടിൽ

മരുമോൻ നടന്നകന്നു.

സദ്യ പുരോഗമിച്ചു. പൂർവ്വാചാരമനുസരിച്ച് സാമ്പാർ കഴിഞ്ഞയുടനെ പായസന്മാരുടെ പുറപ്പാടായി. ആദ്യം സാക്ഷാൽ അടപ്രഥമൻ തന്നെ. നളപാകം. ക്ലാസിക്കൽ പദവി.

കുഞ്ചുനായർ അമ്മായിയെ ഏറുകണ്ണിട്ടുനോക്കി. ങേ ഹേ! പരിപൂർണ്ണ നിസ്സംഗത. ഒരു യോഗിക്കുപോലും അസൂയ തോന്നുന്ന ഏകാഗ്രതയോടെ കണ്ണടച്ചു ധ്യാനത്തിൽ ഒഴുകിയിരിക്കുന്നു ടെന്നീസ് പാറുക്കുട്ടി മാഡം!

മാതാജി മാഹാസമാധിയായിപ്പോകുമോ എന്നു ഭയന്നു കുഞ്ചുനായർ.

പെട്ടെന്നാണ് എല്ലാം സംഭവിച്ചത്.

ഒരു തവി ആവി പറക്കുന്ന, സുഗന്ധവാഹിയായ രൂപഭദ്രത തികഞ്ഞ അടപ്രഥമൻ പാറൂട്ട്യമ്മയുടെ തൂശനിലയിൽ പതിക്കുന്നു. മദാം പാറുവിന്റെ നാസികാദ്വാരങ്ങൾ അശ്ലീലമായി വിടരുന്നു. കണ്ണുകൾ തുറക്കുന്നു. അവ പ്രഥമൻജിയെ ആർത്തിയോടെ വീക്ഷിക്കുന്നു. മുഖത്തെ പേശികൾ വലിഞ്ഞു മുറുകുന്നു. നിർവ്വികല്പധ്യാനം പൊടുന്നനെ അവസാനിപ്പിച്ച് നിമിഷത്തിനകം മാതുലി വന്യമായ ആവേശത്തോടെ അടപ്രഥമൻ കോരിയെടുത്തു സമ്പൂർണ്ണമായിത്തന്നെ ആഹരിക്കുന്നു. ചാരിതാർത്ഥ്യത്തോടെ കൈനക്കുന്നു. ഏമ്പക്കം വിടുന്നു. അടുത്ത വിശിഷ്ടഭോജ്യത്തിന്, എന്നുവച്ചാൽ പഴപ്രഥമന് അക്ഷമയോടെ കാത്തിരിക്കുന്നു. വാസകസജ്ജയായ നായികയെപ്പോലെ.

കുഞ്ചുനായർ സ്തംഭിച്ചിരുന്നുപോയി. കടുത്ത പ്രമേഹരോഗി ഒന്നാം പ്രഥമൻ വിഴുങ്ങിക്കഴിഞ്ഞു. രണ്ടാമനെ കാത്തിരിക്കുന്നു. തീർന്നില്ല വിപത്ത്. അങ്ങുദൂരെ ബോളിയും പാലടയും തിരനോട്ടം നടത്തിത്തുടങ്ങിയിരിക്കുന്നു.

ഗ്രഹപ്പിഴയ്ക്ക് പഞ്ചാരകൂടി, വല്യമ്മ തട്ടിപ്പോയാലോ? ശിവ ശിവ! തന്റെ പേരിൽ പ്രേരണക്കുറ്റം വന്നുകൂടെന്നില്ല. വനിതാവിപ്ലവത്തിന്റെ കാലമാണ്. പോരെങ്കിൽ മായ് വന്നു ജഡ്ജിയും! ഹിസ്ലോഡ് ഷിപ്പ് ശുദ്ധോദനൻ നായർ തന്നെ പത്തുവർഷം കഠിനത്തിനു തന്നെ ശിക്ഷിക്കും, ഉറപ്പ് ഒരു ലക്ഷം രൂപ കുറഞ്ഞത് പിഴവേറെ.

വെറുതെയിരുന്നാൽ പറ്റില്ല. രണ്ടും കല്പിച്ച് കുഞ്ചുനായർ ഇടപെട്ടു. സാമാന്യം ഗൗരവത്തിൽ തന്നെ.

"സോറി മാഡം. എന്തായാലും ഇനി പായസം കഴിക്കരുത്. മാഡത്തിന് ബ്ലഡ് ഷുഗർ വളരെ കൂടുതലാണ്. സണ്ണില്ലാ എന്നെയാണ് ചുമതലപ്പെടുത്തിയിരിക്കുന്നത്. പി പി ഗ്ലൂക്കോസ് പത്തിരുനൂറ്റമ്പതു കാണണം. നൗ, പ്ലീസ് സ്റ്റോപ്പ്!

ഒരു നൂറുമെഗാടൺ സ്ഫോടനം.

ടെന്നീസ് പാറുക്കുട്ടിയമ്മ ടെന്നീസ് ശൂർപ്പണഖയായി മാറി. മുഖം ഭീകരമായി; കണ്ണുകളിൽനിന്നും കണ്ണാടിയെ ഭേദിച്ചു. തീപ്പൊരി പാറി.

ചെങ്ങന്നൂരാശാനെപ്പോലെ അലറി, എച്ചിൽക്കൈകൊണ്ട് ശക്തമായി ഇടയ്ക്കിടെ ആംഗികാഭിനയം നടത്തിക്കൊണ്ട്, നമ്മുടെ പ്രതിപക്ഷ നേതാവിനെപ്പോലെ.

"ഫൂ! ഹൗ ഡെയർ യൂ? താനാര് എന്നെക്കേറി അഡ്വൈസ് ചെയ്യാൻ? യൂ ലൗസി ഓൾഡ് ക്രീപ്പ്! എന്റെ സണ്ണില്ലാ ഗോപൻ തനിക്കു മുക്ത്യാർ വല്ലോം തന്നിട്ടുണ്ടോ ഹേ? കേറിക്കേറി ഭരിക്കാൻ വരുന്നു! ഞാൻ ഇനീം പായസം കുടിക്കും. ഹൗ ആർ യു കൺസേൺഡ്? മൈൻഡ് യുവർ ബിസിനസ്! ഗെറ്റ് ലോസ്റ്റ്!"

രോഷക്കൊടുങ്കാറ്റിൽ താൻ ഒരു ഉണക്കപ്പുല്ലിനെപ്പോലെ പറന്നു പോകുമെന്ന് തോന്നി കുഞ്ചുനായർക്ക്. വീട്ടുകാരെ അമ്പരപ്പിച്ചുകൊണ്ട് ഇലമടക്കാൻപോലും നില്ക്കാതെ കുഞ്ചു കൈകഴുകാനോടി, പ്രാണഭയത്തോടെ.

ഓടുന്ന വഴിക്കു മൂച്ചുപിടിച്ചുകൊണ്ടു ഭദ്രകാളിയുടെ മൂലമന്ത്രം ജപിച്ചു.

കുറുപ്പേട്ടന്റെ സണ്ണില്ലാമാർ

വൃദ്ധജനസൗജന്യമുപയോഗിച്ച്, നൂറ്റിത്തൊണ്ണൂറ്റെട്ടു രൂപ ചെലവാക്കി. ജനശതാബ്ദി തീവണ്ടിയിലെ വാതാനുകൂൽ കസേരയിൽ ആശ്വാസത്തോടെ ഉപവിഷ്ടനായി. (എയർ കണ്ടീഷൻഡ് എന്നതിന്റെ ഗോസായി പരിഭാഷയാണ് വാതാനുകൂൽ. അങ്ങനെയെങ്കിൽ പിത്താനുകൂല്യം കഫാനുകൂല്യം ഉണ്ടോ ഹേ എന്നൊന്നും ചോദിച്ചുകളയരുത്. ഹിന്ദി പരിജ്ഞാനം പണ്ടേ കമ്മിയാണ്)

പകലത്തെ പതിവിൽക്കവിഞ്ഞ അലച്ചിലും കായക്ലേശവും ഉറക്കക്കുറവും കാരണം പരിക്ഷീണനായാണ് തീവണ്ടിയിൽ കയറിയത്. മൂന്നുനാലു മണിക്കൂർ സുഖമായി ഉറക്കം തൂങ്ങിയിരിക്കാം. തിരോന്തരത്ത് എത്തുമ്പോഴേക്കും ക്ഷീണം മാറിയിരിക്കും എന്ന പ്രതീക്ഷയോടെ.

ചുണ്ടെലി, പാറ്റ (വെളുപ്പ്, കറുപ്പ്, ചെമ്പൻ, ചെറുത് വലുത്, ഇടത്തരം) കണ്ടാലറിയാവുന്നതും എന്നാൽ പേരറിഞ്ഞുകൂടാത്തതുമായ ഇതര നികൃഷ്ടജീവികൾ എന്ന ഈതിബാധകൾ നമ്മുടെ തീവണ്ടികളിൽ സുലഭം (വെറുതെയാണോ ചില തീവണ്ടികൾക്കു ഗോസായി 'തുരന്തോ' എന്നു പേരു കൊടുത്തിരിക്കുന്നത്? കേരളമക്കളെ സംബന്ധിച്ചിടത്തോളം സമസ്ത വണ്ടികളും ലോകമാന്യനായാലും പരശുരാമനായാലും ഗാന്ധിധാമായാലും അഹല്യാനഗരിയായാലും 'ദുരന്തം' തന്നെ! അതെ, മലയാളിക്ക് ഇത്രേമൊക്കെ മതി!) ഘനിഖാൻ ചൗധരിയായാലും ജാഫർ ഷെറീഫ് ആയാലും രാമവിലാസ് പശുവനായാലും കാലിത്തീറ്റ കുംഭകോണം ഫെയിം ലാലു യാദവനായാലും മമതേച്ചിയായാലും അമ്മദ് സായ്‌വായാലും ഒരു മാറ്റവും കൂടാതെ പാറ്റകളും എലികളും ഉള്ളൂർ സ്വാമി പറഞ്ഞതുപോലെ, നിർവിഘ്നം, നിർബ്ബാധം, നിരപായം, നിരങ്കുശം, നിർഗ്ഗളം വിഹരിക്കുന്നു. ഒഴിച്ചുമാറ്റാൻ കല്ലൂരിനും കാട്ടുമാട

ത്തിനും പുഞ്ചമണ്ണിനും കഴിയാത്ത കൊടുംബാധ.

സഭ്യേതരമാണെങ്കിലും പാറ്റകളെ പേടിച്ചു കാലുകളെടുത്തു സീറ്റിൽ ഒരുതരം അർദ്ധകുക്കുടാസനത്തിൽവച്ച്, ചാഞ്ഞിരുന്ന് ഉറക്കത്തെ സ്നേഹപൂർവ്വം ആഹ്വാനം ചെയ്തു. ആലപ്പുഴ വരെ ശല്യ മില്ല. തൊട്ടടുത്ത സീറ്റിൽ അവിടെ നിന്നേ പാന്ഥജനം കയറുന്നുള്ളൂ. ഇടയ്ക്കിടെ അനിവാര്യമായ ശബ്ദശല്യമുണ്ട്. ഹാക്കർമാരുടെ വക, കാപ്പി, ചായ, വാട്ടർ (വെള്ളം എന്നു പറയുന്നതു മോശം! ഇവനെ ഔദ്യോഗിക ഭാഷാ സ്പെഷ്യലാഫീസർ ആക്കേണ്ടതാണ്), സൂപ്പ് ('സൂപ്പേ' എന്നാണ് വിളി. 'ലജ്ജാവതിയേ' എന്നൊരു സിനിമാപ്പാട്ടിലെ സംബോധന ഓർമ്മവരുന്നു. എന്റെ അറിവിൽ ചവറ–കരുനാഗപ്പള്ളി ഭാഗത്തേ ഇത്തരം വിളിയുള്ളൂ. സൗദാമിനീ, മാധവീ, രാജേശ്വരി എന്നൊക്കെയേ സംബോധനകളുള്ളൂ. സുമതിയേ, സൗദാമിനിയേ, രാജേശ്വരിയേ എന്നൊക്കെയുള്ള വിളികൾ ടി ഭൂവിഭാഗത്തിലൊഴികെ മറ്റെങ്ങും കേട്ടിട്ടില്ല. അതു പോകട്ടെ. സൂപ്പിനു സൂപ്പിയുമായി ബന്ധ മുണ്ടോ എന്നാലോചിച്ചു. ഇല്ലേ ഇല്ല. സൂപ്പി, നാലകത്തായാലും നാലാ യിരത്തിനകത്തായാലും വിരോധമില്ല, സൂഫി എന്ന പദത്തിന്റെ തദ്ഭവമാണ്. കാപ്പി, ആപ്പീസ്, ചാപ്പിയർ എന്നൊക്കെപ്പറയുന്നതു പോലൊ?), ഉഴുന്നുവട, പരിപ്പുവട, ഉള്ളിവട, തൈരുവട, പഴംപൊരി (എന്റെ കുട്ടിക്കാലത്ത് പ്രചാരമുണ്ടായിരുന്ന ഏത്തയ്ക്കാപ്പം, വാഴ യ്ക്കാപ്പം പ്രയോഗങ്ങൾ ഇപ്പോൾ ശ്രേഷ്ഠ ഭാഷയിൽ അന്യംനിന്നു പോയിരിക്കുന്നു. പുത്തൻചന്ത സുബ്രഹ്മണ്യ ക്ഷാവിൽ ഇറക്കത്തിൽ, ഇത്തിപ്പോരം കീഴെ, ചായക്കട കേയപിള്ളയണ്ണന്റെ വാഴയ്ക്കാപ്പം നാല്പ തുകളിലും അൻപതുകളിലും ജഗത്പ്രസിദ്ധമായിരുന്നു. വില ചക്രം ഒന്നു മാത്രം. മുഖ്യമന്ത്രി താണുപിള്ളസാറിന്റെ പോലും ദൗർബല്യ മായിരുന്നത്രെ!) ഇങ്ങനെ പോകുന്നു ഭോജ്യങ്ങളുടെ പട്ടിക.

പിറകിൽ നിന്നു കർണ്ണകഠോരമായ ഒരു ശബ്ദം കേട്ടു തിരിഞ്ഞു നോക്കി. ഇടവപ്പാതിക്കാലത്തു മഴവീഴാൻ തുടങ്ങുന്നതിനുമുമ്പുള്ള ഇരമ്പലിനു തുല്യം. അതിബൃഹത്തായ ഒരു മെഗാകുടവയറിനുടമയായ ഉസലംപെട്ടി അണ്ണാച്ചിയുടെ കൂർക്കംവലിയാണ്. കൂർക്കത്തിനനുസരിച്ച് താളലയാത്മകമായി, ആരോഹണാവരോഹണക്രമത്തിൽ, കൃത്യമായി ത്തന്നെ കുടവയർ ഉയരുകയും താഴുകയും ചെയ്യുന്നു. ഒരു കാട്ടരുവിയിൽ വിസ്തരിച്ചു കുളിക്കുന്ന കാട്ടാനയെ, കാളിദാസനാണെന്നു തോന്നുന്നു, മനോഹരമായി ചിത്രീകരിച്ചിട്ടുണ്ട്. "വന്യഃ, സരിത്തോ ഗജ ഉന്മമജ്ജു" (അരുവിയിൽനിന്ന് ഒരു കാട്ടാന മെല്ലെ ഉയർന്നുവന്നു എന്നർത്ഥം) എന്നോ മറ്റോ ആണ് മഹാകവി പ്രയോഗം. അണ്ണാച്ചിയുടെ കുടവയറിന്റെ ഉയർച്ചയും താഴ്ചയും ശ്രദ്ധിച്ചിരിക്കെ കാളിദാസന്റെ കാട്ടാനയെ ഓർമ്മവന്നു.

പാറ്റകളെയും സൂപ്പാദിവിളികളെയും തമിഴന്റെ കൂർക്കംവലിയെയും അതിജീവിച്ച് സുഖകരമായ ഒരു മയക്കത്തിലേക്ക് ഞാൻ പതിയെ കടന്നു.

അഞ്ചു മിനിട്ടിലേറെ ആ സുഖം നീണ്ടുനിന്നില്ല. ശൂന്യമായിരുന്ന തൊട്ടടുത്ത സീറ്റിൽ നിന്നും ഉറക്കെ ഒരു വിളി. ഒപ്പം, എന്റെ കൈക്കു പിടിച്ച് സാമാന്യം ശക്തിയായി, ജനസൗഹൃദ പൊലീസ് ശൈലിയിൽ, ഒരു കുലുക്കലും! "കുറയും ഹാ സഖി, ഭാഗ്യശാലികൾ" എന്ന കവിവചനം സ്മരിച്ചും, ഓർക്കാപ്പുറത്ത് എന്നെ ആക്രമിച്ച കരടകനെ ശപിച്ചും ഞാൻ ഞെട്ടിയുണർന്നു നേരെയിരുന്നു. കടുത്ത ഈർഷ്യയോടെ, മനസ്സിൽ ദുഷ്ടനെ പ്രാകിക്കൊണ്ടു ഞാൻ വരത്തനെ നോക്കി! കുറുപ്പേട്ടൻ എന്ന പാഠാന്തരത്താൽ അറിയപ്പെടുന്ന എ വി കുറുപ്പ് ബി എ ബി എൽ (അത്തിമുട്ടിൽ വാസുദേവക്കുറുപ്പ് എന്ന ഒരു നയപ്രഖ്യാപനപ്രസംഗം പോലെ നീണ്ട തന്റെ പേര്, പൊതുരംഗത്തു "നിറസാന്നിദ്ധ്യ'മായപ്പോൾ അദ്ദേഹം എ വി കുറുപ്പ് എന്ന് "മേക്ക് ഓവർ? നടത്തി സ്മാർട്ടാക്കി. പക്ഷേ, ഒരു കുഴപ്പം പറ്റി. ദേവസ്വം ബോർഡ് മെമ്പറായിരിക്കെ എ വി എന്നത് "അമ്പലം വിഴുങ്ങി" എന്ന് ചില പരക്കഴികൾ വ്യാഖ്യാനിച്ചതു നടപ്പുശൈലിയിൽ 'വൈറൽ' ആയി. ആലുവാ മുതൽ പാറശ്ശാല വരെ സമസ്ത മേജർ, മൈനർ, പെറ്റി, പി ഡി ദേവസ്വങ്ങളിലെയും ജീവനക്കാർക്കു മെമ്പറദ്യത്തിന്റെ വിളിപ്പേര് സുപരിചിതമായി. വ്യക്തമായ രാഷ്ട്രീയ ദുഷ്ടലാക്കോടെ, തന്റെ പ്രതിച്ഛായ മോശമാക്കാൻ തല്പരകക്ഷികൾ നടത്തിയ കുപ്രചരണത്തെ അസാമാന്യമായ മെയ്‌വഴക്കത്തോടെ കുറുപ്പേട്ടൻ പുച്ഛിച്ചുതള്ളി.) പൊതുരംഗത്ത് ശക്തമായ സാന്നിദ്ധ്യമായി അദ്ദേഹം തുടർന്നു. ഏതു സർക്കാർ അധികാരത്തിൽ വന്നാലും മികച്ച ഒരു പവർ ബ്രോക്കറായി നിലകൊണ്ടു.

"ഹതു കൊള്ളാം. താനിവിടിരുന്നു സുഖമായി അങ്ങു പള്ളിക്കുറുപ്പു കൊള്ളുകാ, അല്യോ? തന്നെ സമ്മതിച്ചിരിക്കുന്നു. റെയിൽവേക്കു കൊടുത്ത നൂറ്റിച്ചില്ലാനം രൂപ മുതലാക്കിയിരിക്കുന്നു! ഹഹഹ" ഒരു വലിയ ഫലിതം പറഞ്ഞതുപോലെ കിരാതൻ ഉച്ചത്തിൽ ചിരിച്ചു. അസഹ്യമായ വായനാറ്റം. ചുറ്റും ഇരുന്ന യാത്രക്കാർ തുറിച്ചുനോക്കി.

"എവിടെപ്പോയിട്ടു വരുന്നു മുൻ സർവ്വാധികാര്യക്കാർ? എടോ! ഞാനൊന്നു ചോദിക്കട്ടെ. എന്തിനാടോ ഈ പൈസയൊക്കെ കെട്ടിപ്പിടിച്ചോണ്ടിരിക്കുന്നത്? വയസ്സ് പത്തെഴുപത്തഞ്ചായില്യോ? ഇനീം ഇങ്ങനെ തുന്നപ്പാണനായിട്ടു കഴിയണോ? ആണുങ്ങളെപ്പോലെ ഒരു ബെൻസോ ബി എം ഡബ്ളിയുവോ ഒന്നുമില്ലേൽ ഒരു സ്കോഡാ ഒക്ടേവായോ എങ്കിലും വാങ്ങിച്ചു ധാം ധും എന്ന് അടിച്ചുപൊളിച്ചു നടക്കരുതോ? അതിനു പകരം ഒടിഞ്ഞുമടങ്ങി, ലവന്മാരു പറഞ്ഞ എസ് കത്തി പോലെ ഇരിക്കുന്നു, ഒന്നരച്ചക്രത്തിന്റെ ചെയർ കാറിൽ! കഷ്ടംതന്നെ!"

ഉറക്കം നശിപ്പിച്ചതുപോരാ, സുജനമര്യാദ തൊട്ടുതേച്ചിട്ടില്ലാത്ത വൃത്തികെട്ട ഭാഷയിൽ ഒരു കടന്നാക്രമണവും! ശക്തമായ പ്രതിഷേധവും വെറുപ്പും മുഖത്തു, കാണിച്ചുകൊണ്ട് ഞാൻ മിണ്ടാതിരുന്നു.

അല്ല, തന്റെ മൊഖമെന്താ വല്ലാതിരിക്കുന്നത്? പഴയ വായുക്ഷോഭോം വയറുവിലങ്ങലും പരാതീനോം ഒക്കെ ഇപ്പഴും ഉണ്ടോടോ?

എടോ, വയറ്റു ഭാഗ്യം എന്നൊന്നുണ്ട്, അറിയാമോ? അയ്യേയെസ്സും ചീഫ് സെക്രട്ടറീം ഒക്കെ ആയതുകൊണ്ട് അതു കിട്ടണമെന്നുമില്ല. എടോ, എന്നെ നോക്ക്. വരുന്ന മകരത്തിൽ ശതാഭിഷേകം. എയിറ്റി ഫോർ. ഏത്? എയിറ്റിഫോർ, കേട്ടോ! സുഖമായി ചിക്കനും മട്ടനും ബീഫും മീനും മൊട്ടേം ഒക്കെ തട്ടുന്നു. കല്യാണസദ്യക്ക് പായസം മൂന്നും മൃഷ്ടാന്നം. അത്താഴത്തിനുമുമ്പ് നിത്യോം മൊട്ക്കമില്ലാതെ രണ്ടു സ്മാൾ വീശുന്നു. നോ പ്രഷർ, നോ കൊളസ്റ്ററോൾ, നോ ഗർ! ഒന്നോർത്താൽ ഇതിന ല്യോടോ ഭാഗ്യം, ഭാഗ്യം എന്നു പറേണത്? ആട്ടെ, താനിപ്പഴെന്തോന്നാ ചികിത്സ? ആയുർവേദമോ അലോപ്പതിയോ ഹോമിയോയോ? തന്നെ കണ്ടിട്ടു മഹാകഷ്ടം തോന്നുന്നു. അല്ല രഹസ്യമായിട്ടു പറഞ്ഞാൽ മതി. ഐ ക്യാൻ കീപ്പ് എ സീക്രട്ട്. തനിക്കു കാര്യമായി വല്ല ഹെൽത്ത് പ്രോബ്ലോം ഒണ്ടോ? ധൈര്യമായിട്ടു പറയാം ഈ കുറുപ്പേട്ടനോട്. ഇന്നലെ കണ്ടപ്പഴും സീയെം ചെവീൽ ചെലതൊക്കെപ്പറഞ്ഞു. അയ്യോ കുറുപ്പേട്ടാ, ക്യാബിനറ്റ് സീക്രട്ടാ, ഇരുചെവി അറിയരുത്, എക്സിക്യൂട്ടീവിലും യു ഡി എഫിലും പോലും ചർച്ച ചെയ്തിട്ടില്ലെന്ന്."

ശാക്യമുനിയോ യേശുദേവനോ ഗാന്ധിജിയോ ആയാലും മർമ്മം നോക്കി ഒരു തൊഴികൊടുക്കാനാണ് തോന്നുക. തൊഴി ക്രിമിനൽ കുറ്റമായതിനാലും വയസ്സുകാലത്ത് ജനമൈതികളുടെ കൈപ്പെരുമാറ്റം അറിയാനാഗ്രഹമില്ലാത്തതിനാലും, എനിക്കുതന്നെ അത്ഭുതം തോന്നിച്ച ഒരളവിൽ ആത്മസംയമനം പുലർത്താൻ ഞാൻ ശ്രമിച്ചു.

"ഒന്നാന്തരം ഒരു ഒറ്റമൂലിയുണ്ട് തന്റെ വയറ്റിൽ സോക്കേടിന്. ചത്തു പോയ പറക്കോട്ടുകാരൻ പപ്പുണ്ണിപ്പിള്ളവൈദ്യന്റേതാ. തഴുതാമ യുണ്ടല്ലോ തഴുതാമ, അതു നാലുമുടുവീതം സമൂലം പിഴുതു കഴുകി അരച്ചുരുട്ടി രാവിലെ വെറുംവയറ്റിൽ കുടിച്ചുനോക്ക്. ഒരു മാസംകൊണ്ട് തന്റെ ഉദരരോഗം പറപറക്കും. രഹസ്യോപദേശമാ. തന്നോടൊള്ള അടുപ്പംകൊണ്ടു പറഞ്ഞെന്നേ ഉള്ളൂ."

ഞാൻ മൗനവ്രതം തുടർന്നു. നീചൻ വിടുന്ന മട്ടില്ല.

"ഹല്ല, ഞാനോർക്കുകാരുന്നു. ഓരോരുത്തർക്കു ഭാഗ്യം വന്നു, കേറുന്നതേ. ഓർക്കാപ്പുറത്ത് അന്നത്തെ സീയെം വെറുംവെറാ വീട്ടി ലിരുന്ന എന്നെ ദേവസ്വം ബോർഡ് മെമ്പറാക്കിയതു പോട്ടെന്നു വയ്ക്കാം. ആട്ടെ, എന്റെ ഫസ്റ്റ് സണ്ണില്ലായെ കേട്ടിട്ടുണ്ടോ? സിമന്തിനീടെ ഹസ്? ഡോക്ടർ അനീഷ് നമ്പിയാർ? ബി സ്പോക്ക് കാർഡിയോളജിസ്റ്റ്?"

വിശ്വവിഖ്യാതനെ കേട്ടിട്ടില്ലെന്നു സമ്മതിച്ചു. "ഹതു കൊള്ളാം! എനിക്കു സിക്സ് ഡോട്ടേഴ്സാണെന്നറിയാമോ? അതോ ഇനി അതും കേട്ടിട്ടില്ലെന്നാണോ?"

ഞാൻ അർത്ഥവത്തായി, മോശം പെരുമാറ്റ രീതിയാണെന്നറി ഞ്ഞിട്ടും, മനപ്പൂർവ്വം ഒരു കോട്ടുവായിട്ടു, അല്പം ശബ്ദായമാനമായി ത്തന്നെ. ആറോ അറുപതോ ഡോട്ടേഴ്സായിക്കോട്ടെ, നേരെയും വഴി വിട്ടും, അതിനു ഞാനെന്തുവേണം ഹേ എന്ന മട്ടിൽ. വിരാധൻ നിശ്ശങ്കം

തുടർന്നു.

“ങ, അപ്പം പറഞ്ഞുവന്നത് അനീഷിന്റെ കാര്യമാ. ഫസ്റ്റ് സണ്ണില്ലാ. സൂപ്പർ കൺസൾട്ടന്റ്. ഇരുപതു കൊല്ലമായി സ്റ്റേറ്റ്സിലാ. ഹൂസ്റ്റണിൽ. കളക്ട്സ് എ കൂൾ ഒൺ ലാക്ക് ബക്ക്സ്. ഡോളറാ, കേട്ടോ, തന്റെ ഉലുവായല്ല, ഒൺ ലാക്ക് ബക്ക്സ്. ഒരു തമാശ കേൾക്കണോ? നമ്മുടെ സോണിയാജി ഈയിടെ ചെക്കപ്പിനു ന്യൂയോർക്കിൽ വിമാനം ഇറങ്ങിയ ഉടനെ ചോദിച്ചെന്ന്, വെയർ ഇസ് ഡോക്ടർ അനീഷ് നമ്പിയാർ? ഐ ഷുഡ് സീ ഹിം അറ്റ്വൺസ്! സോണിയാജിയേ, നമ്മടെ സോണിയാജി! പോരേ പൂരം? താൻ കേക്കുന്നുണ്ടോ അതോ ഉറക്കം തൂങ്ങുകാണോ?”

നട്ടാൽ കുരുക്കാത്ത നുണപറയുന്നതിന് ആശാനെ ഗിന്നസ് കിത്താബിൽ കൈയോടെ പ്രതിഷ്ഠിക്കേണ്ടതാണെന്നു തോന്നി.

“എന്റെ സെക്കൻഡ് സണ്ണില്ലായേയും താൻ കേട്ടിട്ടില്ല്യോ? കഷ്ടം തന്നെ. താനും തന്റെ കൊറേ പൊത്തകങ്ങളും! തന്തേടെ മോൻ തന്നെ. അങ്ങേരും പൊത്തകം തീനിയായിരുന്നല്ലോ. അതുപോട്ടെ. ടിന്റു സോഫ്റ്റ്വെയർ വിസാഡാ. പതിനഞ്ചുകൊല്ലമായി ലണ്ടനിൽ. ഗൂഗിളിന്റെ അവിടത്തെ ചീഫാ. പ്രൈം മിനിസ്റ്റർ കാമറോൺ സംശയം വല്ലതുമുണ്ടെങ്കിൽ ഒടനെ ഹോട്ട്ലൈനിൽ വിളിക്കും, ഷാക്കൂർ പണിക്കർ ദെയർ! പ്ളീസ് കം ഓവർ അറ്റ് വൺസ്! എന്തോ പറയാനാടോ? പ്രൈം മിനിസ്റ്റർ? ഇപ്പം ഒരു ഐറ്റി കേമൻ വന്നിട്ടുണ്ടുപോലും. ഒരു തമിഴൻ ചെറുക്കൻ. പിച്ച ബഷീറെന്നോ മറ്റോ ആണു പേര്.”

ഞാൻ ഞെട്ടി.

“അയ്യോ, പിച്ച ബഷീറല്ല, സുന്ദർ പിച്ച്ചൈ. ഗൂഗിളിന്റെ സി ഇ ഓ.”

“ങ, അങ്ങനേതാണ്ട്. എല്ലാം പിച്ചതന്നെ, അല്ല്യോ? എന്നിട്ടു പറയട്ടെ”

ഞാൻ മൗനവ്രതം തുടർന്നു. അത് അവഗണിച്ചുകൊണ്ട് കംസക്കുറുപ്പു തുടർന്നു.

“പക്ഷേ, ഉണ്ണി ഈസ് ഡിഫറന്റ്. അറിയില്ലേ, ഡോക്ടർ ബിബിൻ കൈമൾ? ആസ്ട്രേലിയയിലാണ് കക്ഷി. എന്റെ തേഡ് സണ്ണില്ലാ. മെൽബൺ യൂണിവേഴ്സിറ്റി. ഫിസിക്സ് പ്രൊഫസർ. ഐൻസ്റ്റൈൻ സായിപ്പ് ഒരിക്കൽ പറഞ്ഞത്രെ, മിസ്റ്റർ കൈമൾ, നീ എനിക്കു പിറക്കാതെ പോയ മകനാണ്! എന്തു പറയുന്നു ഹേ?”

എന്തു പറയാനാണ്? ഐൻസ്റ്റൈൻ മരിച്ചിട്ട് കൊല്ലം അറുപതായി. ഇത്തിക്കരപ്പക്കി ഇന്നു ജീവിച്ചിരുന്നെങ്കിൽ പറഞ്ഞേനേ, എടാ കുറുപ്പേ, ഹമുക്കേ, ജ്ജ് നമുക്കു പിറക്കാതെ പോയ മോനാണെടോ!

“ഇതൊക്കെപ്പറഞ്ഞാലും കുട്ടനാണ് ആളു വീരൻ. ഡോക്ടർ നിഷാദ്മെനൻ. പത്തുകൊല്ലമായി ജനീവയിലാണ്. എന്റെ ഫോർത്ത് സണ്ണില്ലാ. നോക്കു, ഹീ ഇസ് എ സൂപ്പർ ജീനിയസ്! എക്കണോമിക്സ് പ്രൊഫസറാണ്. അമർത്ത്യസെന്നിന്റെ കണ്ണിലുണ്ണി. നോബലിനു

ഷോർട്ട് ലിസ്റ്റ് ചെയ്തിട്ടുണ്ടെന്നു പറയുന്നു. പരമരഹസ്യമാണു കേട്ടോ. താൻ ചള്വാ ചപ്പിക്കളയരുത്."

എന്റെ അമ്പരപ്പു വർദ്ധിച്ചു. ഹിമാലയൻ കള്ളങ്ങൾ ഒന്നിനു പിറകെ ഒന്നായിട്ട് തട്ടിവിടുന്ന ഈ മുന്തിയറുപ്പന് യമധർമ്മജി എന്തു ശിക്ഷയാണോ വച്ചിരിക്കുന്നത്!

ലഘുവായി ആരംഭിച്ചിരുന്ന എന്റെ തലവേദന സഹിക്കാനാവാത്ത ഘട്ടത്തിലെത്തിയെന്നു ഞാൻ തിരിച്ചറിഞ്ഞു. ക്ഷീണംമൂലം കൺപോളകൾ അടഞ്ഞുപോകുന്നു. ഇതു വല്ലതും തൊട്ടടുത്തിരിക്കുന്ന സാമദ്രോഹിക്കറിയാമോ? അയാൾ രസംപിടിച്ചു തുടർന്നു.

"എന്റെ ഫിഫ്ത്ത് സണ്ണില്ലാ–"

എന്റെ ക്ഷമകെട്ടു. ഞാൻ പൊട്ടിത്തെറിച്ചു.

"ഉത്തരധ്രുവത്തിൽ! അവിടെ സൂപ്പർ അബ്കാരി മുതലാളി! മണിച്ചൻ മുതലാളീടെ ഫ്രാൻചൈസി! സിക്സ്ത്ത് സണ്ണില്ലാ പാതാളത്തിൽ സിറ്റിസൻഷിപ്പെടുത്തു മഹാബലീടെ പേഴ്സണൽ ഫിസിഷ്യനായിട്ടു വർക്കു ചെയ്യുന്നു. ശമ്പളം വൺ ബില്യൻ വരാഹൻ! പൊന്നു ചേട്ടാ! എന്നെ ഒന്നു വിട്ടേക്കണം. തല പൊട്ടിത്തെറിക്കുന്നു. ഒന്നു കണ്ണടച്ചോട്ടെ. പിന്നെക്കാണാം..."

ഞാൻ തൊഴുകൈയോടെ പറഞ്ഞു. എന്നിട്ട് പ്രതികരണത്തിനു കാത്തുനില്ക്കാതെ, തല എതിർവശത്തേക്ക് തിരിച്ച് നിദ്രാദേവിയെ ആവാഹിക്കാൻ ശ്രമിച്ചു.

ഗാന്ധിസന്ന്യാസി

ആയിരത്തിത്തൊള്ളായിരത്തി മുപ്പത്തിയേഴ് ജനുവരി 17 ഞങ്ങൾ ഓണാട്ടുകരക്കാർക്ക് അവിസ്മരണീയമായ ഒരു പുണ്യദിനമാണ്. മാധ്യമ ക്ലീഷേ ഉപയോഗിച്ചുപറഞ്ഞാൽ ഓണാട്ടുകരയുടെ ഇതിഹാസത്തിൽ തങ്കലിപികളാൽ രേഖപ്പെടുത്തേണ്ട ദിവസം.

അന്ന് അവസാനമായി ഓണാട്ടുകരയുടെ മണ്ണ് മഹാത്മാഗാന്ധി എന്ന പുണ്യപുരുഷന്റെ പാദസ്പർശമേറ്റു പുളകം കൊണ്ടു.

അതു മഹാത്മാവിന്റെ അഞ്ചാമത്തെയും അവസാനത്തെയും കേരളസന്ദർശനമായിരുന്നു. അതിനുമുമ്പും അദ്ദേഹം ഓണാട്ടുകരവഴി കടന്നുപോയിട്ടുണ്ട്. 1925 മാർച്ച് 15 ന് അടൂരും പന്തളവും വഴി ചെങ്ങന്നൂരും തിരുവല്ലയിലും എത്തി. രണ്ടുകൊല്ലം കഴിഞ്ഞ് 1927 ഒക്ടോബർ 12 ന് കരുവാറ്റാ ഇംഗ്ലീഷ് ഹൈസ്കൂളും (ഹെഡ്മാസ്റ്റർ മഹാഗാന്ധിയനായ കൈനിക്കര കുമാരപിള്ളസാർ) ഹരിപ്പാടും സന്ദർശിച്ചു. മൂലം ഭൂപൻ നാടുവാഴുന്ന കാലം. ഇത്തവണ ശിവഗിരിമഠത്തിലെ സമ്മേളനം കഴിഞ്ഞ് കൊല്ലം വഴി തട്ടാരമ്പലത്തിലെത്തി.

ഉണ്ണുനീലി സന്ദേശകാരന്റെ "തട്ടാൻ പൂർവ്വം വഴിയിലഴകാർന്നമ്പലം" തന്നെ. ഇന്ന് നഗരവല്ക്കരണത്തിന്റെ കടന്നുകയറ്റത്തിന്റെ ഫലമായി ആ പഴയ അഴകൊക്കെ ഒരു ഓർമ്മ മാത്രമായിരിക്കുന്നു.

"മാറ്റേറും നല്ക്കനക കലശം വെന്റ പോർകൊങ്ക താങ്ങി -
ക്കാറ്റോടാടും നളിനമിഴിയാൾ പോന്നു നിൻ മുമ്പിൽ വന്നു
കോറ്റേൻ വെല്ലും മൊഴി ചെറുതുരച്ചെന്ന കൂട്ടത്തിൽ"
എന്റെ കണ്ടിയൂരപ്പാ! ഓർക്കാൻ വയ്യ!

1937 ൽ ഗാന്ധിജിക്കു വയസ്സ് 68.

ചാനൽ പെൺകൊച്ചുങ്ങളുടെ ഭാഷയിൽ, വിശദാംശങ്ങൾ പറഞ്ഞു

തന്നത് വേലന്റയ്യത്തെ മാധവൻ പിള്ളയമ്മാവനാണ്. ഞാൻ പഴയ ഫിഫ്ത്തുഫോമിൽ പഠിക്കുന്നു.

(ആരായിരുന്നു മാധവൻപിള്ളയമ്മാവൻ? ഒരു അറുപതുകൊല്ലം മുൻപ് പത്രങ്ങളിലെ ചരമപംക്തിയിൽ ഒരു മാതിരി കൊള്ളാവുന്ന വരെയൊക്കെ "സ്ഥലത്തെ ഒരു പ്രമുഖ പൗരനും ധനാഢ്യനും പൊതു കാര്യപ്രസക്തനും സമുദായസ്നേഹിയും" എന്നു വിശേഷിപ്പിച്ചിരുന്നതോർക്കുന്നു. ഏതു തലയ്ക്കും ചേരുന്ന തൊപ്പി. തുന്നപ്പാണൻ, അറുത്ത കൈക്കു ഉപ്പിടാത്തവൻ എന്നൊക്കെ ഓണാട്ടുകര ശൈലിയിൽ വിശേഷിപ്പിക്കപ്പെട്ട കടുത്ത ലുബ്ധന്മാർ, ജീവിതത്തിൽ സമുദായത്തിനെന്നല്ല ആർക്കും തന്നെ കാൽക്കാശിന്റെ ഉപകാരം ചെയ്തിട്ടില്ലാത്തവർ, ഞാനും ഒരു തണ്ടാനും ആലപ്പുഴ ഒരു മുതലാളിയും എന്ന കച്ചവടസമവാക്യത്തിൽ ജീവിതം ഒരുക്കിയ സ്വാർത്ഥബുദ്ധികൾ, ജീവിച്ചിരിപ്പുണ്ടോ ചത്തോ എന്നുപോലും നാട്ടുകാർക്കു നിശ്ചയമില്ലാത്ത കൂപമണ്ഡുകങ്ങൾ- ഇവരൊക്കെ മേൽ സൂചിപ്പിച്ച വിശേഷണശ്രേണിയിൽ കടന്നു കയറുന്നു, സ്വലേയുടെയോ ഒലേയുടെയോ ഔദാര്യത്തിന്റെ ഗുണഭോക്താവായി.

മാധവൻ പിള്ളയമ്മാവനും, ഈ ആൾക്കൂട്ടത്തിലൊരാളായിരുന്നു എന്നുമാത്രമേ ഓർമ്മയുള്ളു, സദ്യയൂണ്, സന്താനോല്പാദനം, ഉത്സവങ്ങൾ, നുണ പറച്ചിൽ ഇത്യാദി അനുഷ്ഠാനകലകളുടെ ഒരു ഉപാസകൻ.

നമുക്കു ഗാന്ധിജിയിലേക്കു മടങ്ങാം.

മാധവൻ പിള്ളയമ്മാവൻ റിങ് സൈഡ് സീറ്റിൽനിന്നു മഹാസംഭവം കണ്ടയാളാണ്).

പുരാണങ്ങളിൽ സൂതൻ എന്നൊരു മൈനർ കഥാപാത്രമുള്ളതു വായനക്കാർ ചിലരെങ്കിലും ശ്രദ്ധിച്ചുകാണും. "സൂത ഉവാച," "സൂതശൗനക സംവാദം" ഇത്യാദി. ആരാ ഈ വിദ്വാൻ? തേരാളി എന്നാണു പദത്തിന്റെ അർത്ഥമെങ്കിലും ആശാൻ യഥാർത്ഥത്തിൽ വെറും ഷോഫ (chauffeur) അല്ല. വളരെക്കാലം, നമ്മുടെ ചാക്യാന്മാരെപ്പോലെയോ പഴമ്പാട്ടുപാടുന്ന പാണന്മാരെപ്പോലെയോ, പുരാണകഥ പറയുന്നതു ജീവിതമാർഗ്ഗമാക്കിയ ഒരു കൂട്ടർ എന്നു ധരിച്ചിരുന്നു, അതു ശരിയല്ലെന്നും സൂതൻ ഒരു വർഗ്ഗമല്ല വ്യക്തിയാണെന്നും അടുത്ത കാലത്താണു മനസ്സിലാക്കിയത്. ലോമഹർഷനെന്ന മഹർഷിയുടെ പുത്രനും സാക്ഷാൽ വേദവ്യാസന്റെ ശിഷ്യനും അദ്ദേഹത്തിന്റെ മകനായ ശുകബ്രഹ്മർഷിയുടെ സതീർത്ഥ്യനുമായിരുന്നു ഈ മഹാബുദ്ധിമാൻ. നൈമിശാരണ്യത്തിൽ വച്ചു മുനിമാരെ പുരാണങ്ങൾ ചൊല്ലിക്കേൾപ്പിച്ചയാൾ, ഗുരുമുഖത്തുനിന്നും പതിനെട്ടു പുരാണങ്ങളും നല്ലവണ്ണം അഭ്യസിച്ചവനും സരസമായി കഥ പറഞ്ഞു ഫലിപ്പിക്കുന്നതിൽ അതിചതുരനുമായിരുന്നു സൂതൻ.

ഗാന്ധിജിയുടെ തട്ടാരമ്പലം സന്ദർശനകഥ പറയുമ്പോൾ മാധവൻപിള്ളയമ്മാവൻ ഒരു അഭിനവസൂതനായി മാറുന്നു.

"എന്നാൽ കേട്ടോടാ കുഞ്ഞേ ശരിക്കും മഹാത്മാ ഗാന്ധി തട്ടാരമ്പല ത്തിൽ വരാനിരുന്നതല്ല. ഹല്ലേ, അദ്യത്തിന് ഈ ഓണംകേറാമൂലേ ലൊക്കെ വരാൻ നേരമെവിടാ? കൊല്ലത്തൂന്നുനേരെ അരിപ്പാടിനു വച്ചു പിടിക്കുമെന്നാരുന്നു പരിപാടി. ഇത്തവണ പക്ഷേല് ഇവിടെവരെ വന്നേ ഒക്കൂ എന്നു നേരത്തെ കൂട്ടി പെറ്റീഷൻ കൊടുത്തു. ആരാന്നറിയാമോ? അല്ല, നീ നൂറ്റിപ്പതിനഞ്ചിലൊള്ളതല്ല്യോ? നൂറ്റിപ്പന്ത്രണ്ടിലേക്കാര്യം നീ എങ്ങനറിയാനാ, അല്ല്യോ? അടൂരും ചെങ്ങന്നൂരും പന്തളത്തും തിരുവല്ലാ യിലുമൊക്കെ വന്നു, ഇത്തവണ മാവേലിക്കരക്കൂടെ വന്നേ പറ്റൂ എന്നു താണുകേണപേക്ഷിച്ചു. ആർട്ടിസ്റ്റു തമ്പുരാൻ (സാക്ഷാൽ രാജാരവി വർമ്മയുടെ പുത്രൻ), നിന്റപ്പൂപ്പൻ എൻ ജി പരമേശ്വരൻ പിള്ള വക്കീല ദ്ദേഹം, കൊക്കാട്ടെ കൃഷ്ണപിള്ളയദ്ദേഹം മുതൽപ്പേർ. ഭാഗ്യത്തിനു ഗാന്ധി സമ്മതിച്ചു. ആളുവില, കല്ലുവില എന്നുവച്ചോ."

"അങ്ങനെ മൂപ്പിൽ നമ്മുടെ മാവേലിക്കരേലും വന്നു, അല്ല്യോ മാധോംപിള്ളയമ്മാവാ?"

"മൂപ്പിലോ? ശിവ ശിവ! ഗുരുത്വദോഷം വലിച്ചു വയ്ക്കാതെ. നീ ഇച്ചിരേം ഒള്ള കൊച്ചനാ. മീറ്റിങ്ങിനു വായിച്ച സരസകവി കരിപ്പുഴ വേലുപ്പിള്ള സാറിന്റെ മങ്ങള പത്രത്തിൽ വിശ്വൈകവന്ദ്യനും വിഷ്ണ്വംശ ഭൂതനും എന്നാ മഹാത്മജിയെ വാഴ്ത്തിയത്. അറിയാമോ? മഹാവിഷ്ണു വിന്റെ പതിനൊന്നാമത്തെ അവതാരമാ ഗാന്ധി സന്ന്യാസി. സായിപ്പ ന്മാരായ അസുരന്മാരെ നിഗ്രഹിക്കാനാ അവതരിച്ചിരിക്കുന്നത് എന്നാ വേലുപ്പിള്ളസാർ പറഞ്ഞുവച്ചത്. അതുപോട്ടെ. എടയ്ക്ക് പറേവാ അന്ന് ഈ ഓണാട്ടുകര ആസകലാൽപ്പാടെ രണ്ടേ രണ്ടു സരസഫവികളേ ഉള്ളു എന്നോർത്തോണം- കരിപ്പുഴ വേലുപ്പിള്ളസാറും ഐവർകാലാ നാണുപിള്ള വക്കിലും. അതുപോട്ടെ. അന്നത്തേടം നല്ലതെളിച്ചമുള്ള ദിവസമായിരുന്നു. വൈകിട്ടു മണി അഞ്ചരയായിക്കാണും. തട്ടാരമ്പലം ജങ്ഷനിൽ മണ്ണുനുള്ളിയിട്ടാൽ താഴാത്ത പോലെ ആൾക്കൂട്ടോം ആര വോം. ഇച്ചിരേമില്ലാത്ത പൊടിക്കുഞ്ഞുങ്ങൾ മുതൽ തൊണ്ണൂറു കഴിഞ്ഞ വല്യമ്മമാർ വരെ. കെഴക്കോട്ടു കണ്ടിയൂരും കഴിഞ്ഞ് പുളിമൂട്ടിൽ പാലം വരെ പുരുഷാരം പടിഞ്ഞാട്ടു കരിപ്പുഴ പുഞ്ചവരെ. എല്ലാരും മുച്ചുപിടിച്ചു തെക്കോട്ടു നോക്കി നിക്കുവാ ഗാന്ധിയുടെ കാറു വരുന്നതും കാത്ത്."

"എന്നിട്ടോ മാധോം പിള്ളയമ്മാവാ?"

"കേക്കെടാ കൊച്ചനെ. ദുരിശമെടുക്കാതെ. അങ്ങനിരിക്കുമ്പം ദേണ്ടെടാ തെക്കുന്ന് ഒരു കാറു വരുന്നു. ഗാന്ധിയെത്തിപ്പോയെന്നു വിചാരിച്ച് ആളുകൾ ആവേശമെടുത്തു കീജേ വിളിക്കാൻ തുടങ്ങി. മഹാഗാന്ധിജി കീജേ, ഭാരതമാതാ കീജേ എന്നൊക്കെ. ആകെ ബഹളം. ഇൻസ്പെക്ടർ വവ്വാക്കാവുകാരൻ മേത്തൻ അത്രാംകണ്ണും ഹേഡ് ഇസ്പേഡ് വാസുക്കുറുപ്പും ഓടി നടന്നു ചീത്ത വിളിച്ചും തള്ളി മാറ്റീം പിടിച്ചിരുത്തീം ലാത്തി വീശിയും ആളുകളെ ഒതുക്കുന്നു. (ജന മൈത്രി പൊലീസിന് അന്നും തെറിയഭിഷേകം അനുപേക്ഷണീയം) അട്ടഹാ

സോം അലർച്ചേം അതിന്റെ മൂർദ്ധന്യത്തിലെത്തി. കാറുവന്ന് അമ്പലത്തിന്റെ മുമ്പിലിട്ടിരിക്കുന്ന പന്തലിന്റെ തെക്കുപുറത്ത് ഒതുക്കി നിർത്തി കാറിന്റെ വാതിലു തുറന്നു പതുക്കെ എറങ്ങിവരുന്നു. ആരാ?"

"ഗാന്ധിസന്ന്യാസി, അല്ലാതാരാ?"

"അതാ ഇപ്പം കൂത്ത്! സന്ന്യാസീം ഗോസായിം ഒന്നുമല്ല. നിന്റപ്പൂപ്പൻ പരമേശ്വരൻ പിള്ള വക്കീലദ്യം! അന്ന് ഈ പ്രദേശത്ത് അദ്ദേഹത്തിനേ കാറൊള്ളു. എല്ലാരും അയ്യേന്നായിപ്പോയി."

(ഈ 1935 മോഡൽ ഫോഡ് കാറിന്റെ അവശിഷ്ടങ്ങൾ കാണാനേ എനിക്കു യോഗമുണ്ടായിട്ടുള്ളൂ. TRV (തിരുവിതാംകൂർ) 7 എന്നെഴുതിയ തുരുമ്പിച്ച ബോർഡ്. പഴയ ടയറുകളും ട്യൂബുകളും ഗ്രീസു പുരണ്ടു വൃത്തികേടായ ഒരു ഇൻസ്ട്രക്ഷൻ മാനുവൽ. അമേരിക്കൻ പ്രസിദ്ധീകരണം. ബ്രിട്ടീഷ് രൂപാ മൂവായിരത്തഞ്ഞൂറ് യഥാവിധി ഒടുക്കി മദിരാശിയിൽനിന്നു ചുണ്ടാമണിയൻ എന്നു മാറാപ്പേരുള്ള ഓണാട്ടുകരയിലെ ആദ്യകാല ഡ്രൈവർ മാത്തൻ വി മാത്തൻ ഓടിച്ചുകൊണ്ടുവന്നത്. പലവടിവും വന്നുതികഞ്ഞവളായിരുന്നത്രെ കറുത്ത സുന്ദരി, ഞാൻ സ്കൂളിലെത്തുമ്പോൾ വീട്ടിലെ പഴയ കാർഷെഡിൽ അവളുടെ ഗന്ധം നിറഞ്ഞു നിന്നിരുന്നു. ഒരുപക്ഷേ, അവളുടെ ആത്മാവും!)

"ങ, അങ്ങനെ സമസ്തജനങ്ങൾക്കും ഒരക്കിടിപറ്റിയെന്നുവച്ചോ. ഒരു നാഴിക കഴിഞ്ഞപ്പം ശരിക്കും ഗാന്ധി വന്നു. വന്നപാടെ മേശപ്പുറത്തു കേറി ചമ്രം പടിഞ്ഞിരുന്നു. മുൻവരിപ്പല്ലുപോയ മോണകാണിച്ചു ചിരിച്ചതും ആൾക്കൂട്ടത്തെ കൈകൂപ്പിത്തൊഴുതതുമൊക്കെ ഇന്നലത്തെപ്പോലെ ഓർക്കുന്നു. ആർട്ടിസ്റ്റു തിരുമേനി സ്വാഗതം. അതു കഴിഞ്ഞു വേലുപ്പിള്ള സാറിന്റെ മങ്ങളപത്രം. ബഹളം കാരണം സാറു വായിച്ചത് ആരും കേട്ടില്ല. ഗാന്ധി ഇംഗ്ലീഷിലാ പ്രസംഗിച്ചത്. ആർക്കും ഒന്നും മനസ്സിലായില്ല. ഹരിജനങ്ങളെ ഉദ്ധരിക്കുന്നതിനും പണം വേണം, സ്വാതന്ത്ര്യം നേടാൻ കഠിനമായി പരിശ്രമിക്കണം എന്നൊക്കെയാ പ്രസംഗിച്ചതെന്നു, ഗവൺമെന്റ് സ്കൂൾ ഹെഡ്മാസ്റ്റർ ഉണ്ണിത്താൻ സാർ ജനങ്ങൾക്കു പറഞ്ഞുകൊടുത്തു, പെങ്കൊച്ചുങ്ങൾ ആരാണ്ടൊക്കെ മോതിരോം കമ്മലും മൂക്കുത്തീം ഞാത്തുമൊക്കെ അദ്ദേഹത്തിന് ഊരിക്കൊടുത്തതോർക്കുന്നു.

"തിന്നാനൊന്നും കൊടുത്തില്യോ അമ്മാവാ?"

"ഹതു കൊള്ളാം! ഒന്നാന്തരം തൊടമുള്ള ചെങ്കരിക്ക് അഞ്ചാറു കൊല എപ്പഴേ റെഡി. പലതരത്തിലുള്ള പഴങ്ങൾ ആലപ്പെഴേന്നു നേരത്തെ കൂട്ടി വാങ്ങിച്ചു കൊണ്ടുവന്നത് ഒരു വെള്ളിത്തട്ടത്തിൽ വച്ചു ഭവ്യതയോടെ സ്വാഗതസംഘാദ്ധ്യക്ഷൻ ഓണമ്പള്ളിലെ ശങ്കരക്കുറുപ്പു സാർ മുമ്പിൽ വച്ചു. മഹാ ഗാന്ധിജി ഒരു ഞാലിപ്പൂവൻ പഴമെടുത്തു. സ്വാദോടെ തൊലിച്ചു തിന്നു. അത്രതന്നെ.

(തിരുവോന്തരത്തുകാരുടെ രസകദളിയാണു ഞങ്ങളുടെ ഞാലിപ്പൂവൻ.)

എനിക്കു കൊതിയടക്കാൻ വയ്യ.

"ബാക്കി പഴമൊക്കെ ആരു കൊണ്ടുപോയി അമ്മാവാ?"

"ഞാ അതൊന്നും ചോദിച്ചേക്കരുത്. അല്ലെങ്കിത്തന്നെ ആർക്കു നിശ്ചയമുണ്ടെടാ കുഞ്ഞേ? ആരാണ്ടു മിടുക്കന്മാരു തട്ടിയെടുത്തു കൊണ്ടുപോയെന്നു വച്ചോണം! അതുപോട്ടെ. തട്ടാരമ്പലം രാമൻ പിള്ളേടെ ദേവിവിലാസം കൈത്തറി നെയ്ത്തു കേന്ദ്രത്തിലും ഒന്നു കേറിയേച്ചു മഹാത്മജി നേരെ അരിപ്പാട്ടിനു വിട്ടു."

ഹെഗലിനെ ഉദ്ധരിച്ചുകൊണ്ടു മാർക്സ് പറഞ്ഞു- ചരിത്രം ആവർത്തിക്കുന്നു; ആദ്യം ദുരന്തമായി, പിന്നെ പ്രഹസനമായി.

അതെപ്പോഴും അങ്ങനെയാണല്ലോ. ആരാന്റെ മുതൽ, മിടുക്കന്മാർ തട്ടിയെടുത്തുകൊണ്ടുപോകുന്നു.

പില്ക്കാലത്തു സർക്കാർ ശേവുകത്തിലിരിക്കുന്ന കാലത്ത്, വി ഐ പി സന്ദർശനങ്ങളുമായി ബന്ധപ്പെട്ട് ഈ മഹേന്ദ്രജാലം ഒന്നിലേറെത്തവണ കാണാൻ സംഗതിയായിട്ടുണ്ട്. വി ഐ പി വിസിറ്റെന്നു പറഞ്ഞാൽ (വല്ല തുക്കടാകേന്ദ്രസഹമന്ത്രിയായാലും മതി) വിനോദ സഞ്ചാരവകുപ്പിനു ചാകരവീണു കിട്ടിയതുപോലെയാണ്. വി വി ഐ പി ആണെങ്കിൽ പറയുകയും വേണ്ട. ധനകാര്യവകുപ്പും അക്കൗണ്ടന്റ് ജനറലും പോലും ഒരു ശോദ്യവും ശോദിച്ചു കൂടാ! യുദ്ധത്തിലും പ്രണയത്തിലും എല്ലാം ന്യായമാകുന്നു എന്ന സായിപ്പിന്റെ ചൊല്ലുപോലെ. മന്ത്രവാദികൾ കോൽത്തിരി, കൈത്തിരി, പന്തം, തെള്ളിപ്പൊടി, മഞ്ഞൾപ്പൊടി, കരിങ്കോഴി, കുമ്പളങ്ങ എന്നും മറ്റും ചാർത്തെഴുതുന്നതുപോലെ വിശിഷ്ടന്റെ ലഘു (ലഘു ഇത്രേമാകുമ്പോൾ ഗുരു എന്തായിരിക്കും!) ഭക്ഷണത്തിനുള്ള ചാർത്ത് തയ്യാറാക്കപ്പെടുന്നു.

നല്ലയിനം ഗൗരിഗാത്രക്കരിക്ക് - 100 (വി ഐ പിക്ക് ശിവക്ഷേത്രങ്ങളിലെപ്പോലെ ഇളനീരഭിഷേകം ഉണ്ടോ എന്നൊന്നും സംശയിക്കരുത്),

ആപ്പിൾ (കുളു ആപ്പിൾ തന്നെ വേണം) കിലോ 20, ഓറഞ്ച് (ലൂസ് ജാക്കറ്റ് തന്നെവേണം) കിലോ 20

മാമ്പഴം (അൽഫോൻസോ മൽഗോവാ ഇത്യാദി) കിലോ 20

മാതളനാരങ്ങാ (തോവാള) കിലോ 20

നീലമുന്തിരി (കൊടൈക്കനാൽ തന്നെ വേണം)- കിലോ 20

പച്ച മുന്തിരി (വലുത്) കിലോ 10

ടി (ചെറുത്) കിലോ 10

ടി (കുരുവില്ലാത്തത്) കിലോ 10

(കപ്പപ്പഴം) വലുത് 50

ഇങ്ങനെ പോകുന്നു ഊർജ്ജസ്വലനായ ടൂറിസ ഡെപ്യൂട്ടി ഡയറക്ടർ അവർകളുടെ ചാർത്ത്. (സന്ദർഭാനുസരണം ഈ വഹകൾക്കു പകരം സാനട്ടജൻ ടിൻ 10, ഹോർലിക്സ് കുപ്പി- 20, ബൂസ്റ്റ് ടിൻ 15 എന്നൊക്കെ ആകാം.) ചാർത്തു വായിച്ചാൽ തോന്നുക വി ഐ പി അച്ചീം മക്കളുമായി ക്യാരം തിങ്ങും ക്യാരള നാട്ടിൽ ഉണ്ടുതാമസമായി, ഒരു

സൂപ്പർ പഴക്കട തുടങ്ങാൻ പോവുകയാണെന്ന്! മറിച്ച്, വൃദ്ധനും കടുത്ത വായുക്ഷോഭക്കാരനും ഹിംഗുവചാദിചൂർണ്ണവും വില്വാദിലേഹ്യവും സേവിക്കുന്നവനുമായ വി ഐ പി ഈ സംഭാരങ്ങളൊന്നും തിരിഞ്ഞു നോക്കാറില്ലെന്നതാണു നേര്. (അനുചര വർഗ്ഗം കുറേയൊക്കെ സ്വാദു നോക്കും.) ഓസിൽ കിട്ടുന്നതല്ല്യോ? ബാക്കി, മുക്കാൽ പങ്കിലേറെ, ആക്ഷേപമില്ലാതെ ഏതെങ്കിലും ശിങ്കിടിമുങ്കന്മാർ അടിച്ചുമാറ്റുന്നു.

വർഷങ്ങളായി ഈ അഭ്യാസം ആവർത്തിച്ചുകൊണ്ടിരിക്കുന്നു. സംഭവാമി യുഗേ യുഗേ!

എന്നുവച്ചാൽ എഴുപത്തേഴു "സമ്മത്സരം" മുമ്പു തട്ടാരമ്പലം എന്ന ഓണാട്ടുകര ഗ്രാമത്തിൽ നടന്ന 'തസ്കരീയ'ത്തിന്റെ തനിയാവർത്തനം തന്നെ!

പിൻകുറിപ്പ്

ന്യൂഡൽഹിയിലെ കേരളാ ഹൗസിൽ ഡൈനിങ് ഹാളിന്റെ ലോബിയിൽ ശാന്തമായ, റിലാക്സ്ഡ് ആയ സന്ധ്യാവേളയിൽ കേറ്ററിങ് മാനേജർ ഓമനക്കുട്ടൻ പിള്ളയും കിച്ചൻ മേറ്റി (Kitchen matey) കൈയാളായ പയ്യൻസ് എന്നർത്ഥം– (കിച്ചം വെട്ടി എന്ന് ആം ആദ്മി ഉച്ചാരണം, തൊടുവെട്ടി, ചങ്കുവെട്ടി തുടങ്ങിയ സ്ഥലപ്പേരുകളെപ്പോലെ) പുഷ്കരനും തമ്മിൽ പിറ്റേദിവസം തയ്യാറാക്കേണ്ട വിഭവങ്ങളെ ക്കുറിച്ചുള്ള പതിവു സർഗ്ഗസംവാദം.

പുഷ്കരൻ റിപ്പോർട്ടിങ്.

ചൗതിരി സാർ രണ്ടു നേരോം ക്വാഴി. സീപ്പീ നായരു സാർ കഞ്ഞിതന്നെ.

എത്ര സത്യസന്ധമായ വിലയിരുത്തൽ!

അധികാരം

ഒരു ഉന്നതാധികാരക്കമ്മീഷന്റെ അംഗമായി തന്നെ നിയമിച്ചു കൊണ്ടുള്ള സർക്കാർ ഉത്തരവ് കൈയിൽ കിട്ടിയപ്പോൾ പെൻഷൻ ചീഫ് സെക്രട്ടറി കുഞ്ചുനായർക്ക് വിശേഷിച്ച് ആവേശമൊന്നും തോന്നിയില്ല, ചെറുകാട് പണ്ടു ഹൃദ്യമായി പറഞ്ഞുവച്ചതുപോലെ, പതിനെട്ടു വർഷമായി 'പൂ മോത്തിരിപ്പും മുറുക്കും തുപ്പും' ആയി കഴിയുകയാണെ ങ്കിലും.

തമാശ തോന്നി–ഇവിടെ അധികാരങ്ങളൊക്കെ ഉന്നതം: ആകുന്നു.

ഒരു സുപ്രഭാതത്തിൽ ശ്രീപദ്മനാഭപ്പെരുമാൾ ഒരുലക്ഷം കോടി രൂപ ആസ്തിയുള്ള, ദേവന്മാർക്കിടയിലെ ബിൽ ഗേറ്റ്സ് ആയി പകർന്നാടുന്നു. ജനം ഞെട്ടുന്നു, അമ്പരക്കുന്നു, ആഹ്ലാദിക്കുന്നു, കൈ കൂപ്പുന്നു. സമ്പവമെന്തരെന്ന് അന്വേഷിക്കാൻ ഒരു ഉന്നതാധികാരക്കമ്മീഷൻ നിയമിക്കപ്പെടുന്നു. ഒരു സൂപ്പർ കൈത്തറി ബ്രാൻഡിന്റെ പരസ്യം പോലെ, ആറിഞ്ചു വീതിയുള്ള കസവു മുണ്ടുടുത്ത്, അത്രതന്നെ വീതിയുള്ള നേരിയതും പുതച്ച് (ഒക്കെ പണ്ടാരവക ചെലവിൽത്തന്നെ!) ഉശലംപെട്ടി നാട്ടുക്കോട്ട ചെട്ടിയാർ സ്റ്റൈലിൽ ചില കത്തിവേഷങ്ങൾ ചിന്താക്രാന്തമായ മുഖങ്ങളോടെ സ്ലോമോഷനിൽ അങ്ങോട്ടും ഇങ്ങോട്ടും നടക്കുന്നതു കുറെ ദിവസം ജനം ചാനലുകളിൽ കാണുന്നു. അവർ പൊഴിക്കുന്ന മഹദ്വചനങ്ങൾ ശ്രവിക്കുന്നു. പന്തുകളി കമന്ററിയിൽ പറയുന്നതു പോലെ, പിന്നെ ഒന്നും സംഭവിക്കുന്നില്ല. ഉന്നതാധികാരങ്ങൾ പോയവഴി പുല്ലു കിളിർത്തിട്ടില്ല,

കിറുകൃത്യമായി എല്ലാമാസത്തിലും വയലിക്കടയിലും വേറ്റിക്കോണത്തും കൊക്കണത്തും കാഞ്ചാംപഴഞ്ഞിയിലും ഏണിക്കരയിലും പൈപ്പുപൊട്ടുന്നു, ജലവിതരണം മുടങ്ങുന്നു, ജനം നരകിക്കുന്നു. ഒരേ സമയം അഞ്ചിടത്തുവരെ ഈ മഹാത്ഭുതം സംഭവിക്കുന്നു. വരുന്നു,

കൂലംകഷായമായി അന്വേഷിച്ചു റിപ്പോർട്ടു സമർപ്പിക്കാൻ ഒരു ഉന്നതാധികാരം. പതിവുപോലെ, സമയബന്ധിതമായിത്തന്നെ! ചില ഒച്ചകളും ഉരുവാട്ടങ്ങളും കേൾക്കുന്നു. പിന്നെ കനത്ത നിശ്ശബ്ദത. പാവപ്പെട്ട ശബരിമല തീർത്ഥാടകർ തിക്കും, തിരക്കും കാരണം വർഷംതോറും അക്ഷരാർത്ഥത്തിൽ നരകയാതന അനുഭവിക്കുന്നു. മരണത്തിന്റെ അനിവാര്യതയോടെ ജനിക്കുന്ന ഒരു ഉന്നതാധികാരം. കൊല്ലം പതിനഞ്ചു കഴിഞ്ഞു. മല എലിയെപ്പോയിട്ട് ഒരു മൂട്ടയെപ്പോലും പ്രസവിച്ചിട്ടില്ല.

'പമ്പാ നമ്മുടെ പുണ്യനദി' എന്നു നീട്ടിപ്പാടുന്നതിനപ്പുറം, ഉത്സവകാലത്തു മൂക്കു പൊത്താതെ പുണ്യനദിയുടെ പരിസരത്തു പോകാൻ വയ്യാ. ഒരു ഉന്നതാധികാരം പതിനഞ്ചു കൊല്ലമായി രോഗത്തിന്റെ നിദാനവും ചികിത്സയും തപ്പുന്നു. പരിഹാരം നാസ്തി!

മലയാളഭാഷ ശ്രേഷ്ഠമാണോടോ കൂവേ? ഇരിക്കട്ടെ, അതു കണ്ടുപിടിക്കാനും ഒരു ഉന്നതാധികാരം. (ഇങ്കിരീസ് അറിഞ്ഞുകൂടെങ്കിലും വിദ്യാധിരാജൻ തന്നെയായിരുന്ന ചട്ടമ്പിസ്വാമികൾ പത്തു നൂറ്റിരുപതു കൊല്ലത്തിനു മുൻപേ അദ്ദേഹത്തിന്റെ 'ആദിഭാഷ'യിൽ കൃത്യമായി പറഞ്ഞുവച്ചതിനപ്പുറം ഉന്നതാധികാരം എന്തു പറഞ്ഞു എന്നൊന്നും ചോദിച്ചേക്കരുത്)

അതെ, ഇവിടെ എല്ലാം ഉന്നതാധികാരങ്ങൾ തന്നെ. അവനതാധികാരം ഒന്നുമില്ല!

കുഞ്ചുനായരുടെ വിചാരധാരയെ തടസ്സപ്പെടുത്തിക്കൊണ്ട് അത്യുന്നതത്തിൽനിന്ന്, പരിഹാസവും പുച്ഛവും പതഞ്ഞു പൊങ്ങിയ ഒരു, ഗംഭീരസ്വനം കേൾക്കായി:

"ഏക്കേജി സെന്ററിൽ കുറേക്കാലമായി കിഴവൻ മണപ്പിച്ചു നടക്കുന്നതു കണ്ടപ്പഴേ ഊഹിച്ചു!"

കേട്ടപ്പോൾ സങ്കടവും പരിഭവവും തോന്നി. യൂണിവേഴ്സിറ്റി ആഫീസിലോ യൂണിവേഴ്സിറ്റി ലൈബ്രേറിയിലോ, സൂര്യാ കൃഷ്ണമൂർത്തിയുടെ നൃത്തസംഗീത പരിപാടി നടക്കുന്ന എ കെ ജി ഹാളിലോ, ഒന്നും വേണ്ട, ഒരു ചൂടു സുഖിയൻ തിന്നാൻ റോഡിന്റെ അപ്പുറത്തുള്ള സരസപ്പൻ പിള്ളയുടെ ചെഗുവേരാ വിലാസം ഡ്രൈവ് ഇൻ ഫാമിലി തട്ടുകടയിലോ കേറിയാൽ മതി, കിഞ്ചന വർത്തമാനമായി, ഏക്കേജി സെന്ററിൽ മണപ്പിച്ചു നടക്കുന്നെന്ന്! മോടിയിൽ വസ്ത്രധാരണം ചെയ്ത രണ്ടു മദ്ധ്യവയസ്കകൾ (എന്നാലോ, ഇനിയൊരങ്കത്തിനും ബാല്യമുണ്ടെന്ന ഭാവം). കുഞ്ചു സാദരം സ്വീകരിച്ചു, ഇരിക്കാൻ ക്ഷണിച്ചു.

"ഇരിക്കാനൊന്നും ഞങ്ങൾക്കു നേരമില്ല," കൂട്ടത്തിൽ പ്രായം കുറഞ്ഞ മഹിള പറഞ്ഞു. "ഞാൻ ഡോക്ടർ വിപഞ്ചികാ ചെറിയാൻ, ഇതു പൊഫസർ കുമുദിനി മേനോൻ. ആളിൻഡ്യാ ഡോഗ് ലവേഴ്സ് കോൺക്ലേവ് ട്രിവാൻഡ്രം ചാപ്റ്ററിന്റെ ജനറൽ സെക്രട്ടറീം പ്രസിഡന്റുമാ ഞങ്ങൾ."

"അതിനു മാഡം, എനിക്ക് ശുനകന്മാരുമായി ബന്ധമൊന്നുമില്ലല്ലോ.

തെരുവു പട്ടികളെ ഭയന്നു രാവിലത്തെ നടത്തം ഫ്ളാറ്റ് സമുച്ചയത്തിന്റെ മുറ്റത്താക്കി, അത്രതന്നെ. കുഞ്ചു ഉണർത്തിച്ചു.

"വെൽ, ഞങ്ങൾ വന്ന കാര്യം പറഞ്ഞേക്കാം." വിപഞ്ചികക്കുട്ടി മൊഴിഞ്ഞു. "നിങ്ങളെ എന്തോ ഉന്നതാധികാരക്കമ്മീഷന്റെ മെമ്പറായി നിയമിച്ചെന്നറിഞ്ഞു. അതിലെങ്ങാനും തെരുവുപട്ടികളുടെ പ്രശ്നം വരുന്നപക്ഷം ഒന്നു രണ്ടു പോയിന്റ്സ് നിങ്ങളെ റിമൈൻഡ് ചെയ്യാ നാ ഞങ്ങൾ വന്നത്. മേനകാജീം പ്രശാന്ത് ഭൂഷൺ ജീം സുപ്രീം കോർട്ട് ജീം പറഞ്ഞിട്ടുള്ളതുപോലെ, അക്രമികളല്ലാത്ത ഡോഗീസിനെ തൊടാൻ പാടില്ലെന്നാ ഞങ്ങടെ കർശനമായ സ്റ്റാൻഡ്, അറിയാമല്ലോ. അക്രമി കളെപ്പോലും കൗൺസലിങ്ങു നടത്തി–"

"അയ്യോ! അതെങ്ങനാ മാഡം? കൗൺസലിങ്ങിന് അതുങ്ങൾ നിന്നു തരുമോ? മേനകാജി എന്തു പറഞ്ഞാലും പട്ടികൾ കൗൺസിലറെ കടിച്ചു പറിക്കത്തില്യോ?"

അസഹ്യതയോടെ സീനിയർ പട്ടിക്കൊച്ചമ്മ കുഞ്ചുനായരെ തടഞ്ഞു.

"വെൽ, വെൽ, ഇതാണു നിങ്ങടെ കുഴപ്പം, ഒരു സൈക്കോളോ ജിക്കൽ ആൻഡ് എമ്പതെറ്റിക് അപ്രോച്ചു വേണം."

കുഞ്ചുനായരുടെ ക്ഷമ കെട്ടു.

"എന്നുവച്ചാൽ തലശ്ശേരി ബിരിയാണീം മുഗളായി ചിക്കൻ കുറു മായും, അതല്ല അക്രമിപ്പട്ടി വെജിറ്റേറിയനാണെങ്കിൽ ചൂടു നെയ്റോസ്റ്റും ബ്രുകാഫിയും വാങ്ങിച്ചു കൊടുത്ത്, അച്ചാ പോറ്റീന്നു വിളിച്ചു നല്ല വാക്കു പറയണമെന്ന്, അല്ല്യോ മാഡം? ഞാനൊന്നു ചോദിച്ചോട്ടെ ഒരുത്തൻ അക്രമിപ്പട്ടിയാണോ അഹിംസാ വാദിപ്പട്ടിയാണോന്ന് എങ്ങനാ തിരിച്ചറി യുന്നത്. വില്ലേജ് ആഫീസറുടെയോ പഞ്ചായത്തു സെക്രട്ടറിയുടെയോ എമ്മെല്ലെ ഏമാന്റെയോ സർട്ടിഫിക്കറ്റു കാണുമോ അവന്മാരുടെ പക്കൽ?"

കൊച്ചമ്മമാർ കുഞ്ചുവിനെ രൂക്ഷമായി നോക്കി.

"ഹൌ ഡെയർ യു? എനിവേ, വീ വാൺ യു. പറഞ്ഞില്ലെന്നു വേണ്ട. വേണ്ടാത്ത ലീഗൽ കോംപ്ലിക്കേഷൻസിൽ ചെന്നു ചാടാതിരിക്കുകാ നല്ലതെന്നോർത്തോണം. അനിമൽ ലവേഴ്സ് വെറുതെ ഇരിക്കുകേല. ദാറ്റ്സാൾ!"

ശ്വാന പ്രിയമാർ കലിപ്പിൽത്തന്നെ ഇറങ്ങിപ്പോയി.

"അമ്മച്ചിമാരെന്തര് സാറിനെ പൂരായങ്ങളു പറഞ്ഞ് കലിതു ള്ളിപ്പോന്നതു കണ്ടല്ല്! നല്ല കാര്യം തന്നെ!"

സഹതപിക്കാനെത്തിയതു രണ്ടു പ്ടാഹക്കാരാണ്. കുഞ്ചുനായർ മുഖത്ത് ഒരു എലക്ഷൻ ചിരി വരുത്തി.

"പുതിയ ജ്വാലികളെല്ലാം എങ്ങനെ? പുതിയ വണ്ടികളെല്ലാം എടു ക്കണ്ടേ? ഒരു കാര്യം ഇപ്പഴേ സാറിനോടു പറഞ്ഞേക്കാം. ഇപ്പഴത്തെ ബെൻസ് അയ്യം തന്നെ. കാശിനു കൊള്ളൂല്ല. ബി എം ഡബ്ലിയുവോ വോൾവോയോ ഓഡിയോ തന്നെ വേണമെന്നു കട്ടായമായി നിന്നേക്കണം.

പിന്നെ, നീലക്കൊടിക്കും ബീക്കൺ ലൈറ്റിനും പ്രശ്നമൊന്നുമില്ലല്ലോ—"

കുഞ്ഞുവിനു കലികയറി.

"ബെൻസ് കാശിനു കൊള്ളൂല്ലെന്ന് ഇപ്പോൾത്തന്നെ രത്തൻ ടാറ്റായെ വിളിച്ചു പറഞ്ഞു കളയാം. പിന്നെ, നമുക്കു വേൾവോയും മറ്റും പോരാ. ഉന്നതാധികാരമല്യോ? നല്ല കാര്യം! റോൾസ് റോയ്സിൽ ക്കുറഞ്ഞ് ഒന്നും സ്വീകരിക്കുന്നതല്ലെന്ന് ചീഫ് സെക്രട്ടറിയെ അറിയിച്ചു കഴിഞ്ഞു."

വാഹന വിദഗ്ദ്ധന്മാർ പരസ്പരം സംശയത്തോടെ നോക്കി.

"അതുപോകട്ടെ. വണ്ടിയെടുക്കിണതു സാറിന്റെ ഇഷ്ടം. വന്ന സ്ഥിതിക്കു ബംഗ്ലാവിന്റെ കാര്യം കൂടി ഇത്തിരി പറഞ്ഞേക്കാം. ഈ തൈക്കാട് ഹൗസും അജന്തയും കവടിയാർ ഹൗസും ഒന്നും എടുത്തു കളഞ്ഞേക്കരുത്. പെരിച്ചാഴിയുടേം മരപ്പട്ടിയുടേം തീട്ടോം മൂത്രോം നാറീട്ടു കേറാനൊക്കൂല്ല. അല്ല, നമുക്കു നല്ല ഒരു പ്രൈവറ്റ് ബിൽഡിങ് എടുത്താലെന്ത്? വാടക സർക്കാരല്ലേ കൊടുക്കിണത്? സാറിനോടായതു കൊണ്ടു പറയുകാണ്. പരമരഹസ്യമാണു കാര്യം. മുടവൻ മുകളിൽ വന്നു നമ്മുടെ പഴയ ചീഫ് എഞ്ചിനീയർ മാത്തൻ പണിക്കർ സാറിന്റെ സ്വയമ്പൻ ഒരു ബംഗ്ലാവ് റെഡിയായിരിക്കുന്നു. നാലായിരം അടി. നാലു ബെഡ്റും: മുഴുവൻ മാർബിൾ. അല്ലാ പിള്ളേരു നാലും അമേരിക്കേൽ ഡോക്ടറന്മാരല്ലേ? നാലു ക്വാടിയാണ്, നാലു ക്വാടി! സാറിന്റെ പേരു പറഞ്ഞാൽ സമ്മതിച്ചേക്കും. വാസ്തുവും ശരി തന്നെ."

"നോക്കട്ടെ," കുഞ്ഞുനായർ ഉദാസീനമായി പ്രതിവചിച്ചു. ബംഗ്ലാവും കൊട്ടാരവും അരമനയും! ചീഫ് എഞ്ചിനീയറദ്യത്തിന്റെ കൊട്ടാരത്തിനു മിതവും ന്യായവുമായ വാടക മാസം രണ്ടുലക്ഷത്തിൽ കുറയില്ല. പ്രതിപക്ഷത്തെ ഉഗ്രമൂർത്തിയുടെ ആക്ഷേപം കുഞ്ഞു നായർ ഓർത്തു. കമ്മീഷൻ പ്രതിമാസം മൂന്നുകോടി രൂപാ മുടിക്കാൻ പോകുന്നുവെന്ന്! അഞ്ചു കൊല്ലംകൊണ്ടു രൂപാ 180 കോടി! എന്നു വച്ചാൽ ദിവസം പത്തു ലക്ഷം രൂപ! മണിക്കൂറിന് ഒന്നരലക്ഷം രൂപാ! അക്ഷന്തവ്യം! ഇപ്പോഴത്തെ ഈ മഹാസത്യം കണ്ടുപിടിച്ച ഊർജ്ജിതപട്ടേലരെ പറഞ്ഞുവിട്ടിട്ട്, ഈ മഹാസത്യം കണ്ടുപിടിച്ച അത്യുർജ്ജിതപട്ടേലരെ റിസർവ്വ് ബാങ്ക് ഗവർണറായി ആജീവനാന്തം കൈയോടെ നിയമിക്കേണ്ടതാണ്!

സാമാന്യം ഉച്ചത്തിൽ മുരടനക്കി സാന്നിദ്ധ്യം അറിയിച്ചുകൊണ്ടു രണ്ടു ചെറുപ്പക്കാർ കടന്നുവന്നു. അലക്കിത്തേച്ച്, കഞ്ഞിപ്പശയിട്ടു പേപ്പർ റോസ്റ്റുപോലെ വടിയാക്കി, ബോധപൂർവ്വം അല്പം കീറിയ ഖദർ ഷർട്ട്. ഏതോ വിലപിടിച്ച വിദേശി പെർഫ്യൂമിന്റെ സുഗന്ധം. മുഖത്തു ബഹുമാനിയാ ഞാനാരെയും തൃണവൽ എന്നു സ്ഥായി ഭാവം. കടുത്ത പരിഹാസം സഞ്ചാരിഭാവം... അസ്തിത്വ ദുഃഖത്താടി.

"ഞാൻ വെടിവച്ചാൻ കോവിൽ ഷിനു. ഇത് ഉണ്ടപ്പാറ സനൽ. യുവജനസംഘടനയുടെ ജില്ലാ പ്രസിഡണ്ടും സെക്രട്ടറിയും. നിങ്ങടെ കമ്മീഷൻ റിപ്പോർട്ടിൽ യുവജനങ്ങളുടെ നീറുന്ന പ്രശ്നങ്ങൾക്ക്

അർഹമായ സ്ഥാനം നല്കണമെന്നു മുന്നറിയിപ്പു തരാൻ വന്നതാ. അതില്ലെങ്കിൽ കടുത്ത പ്രക്ഷോഭണത്തിന്റെ തീച്ചൂളയിലേക്ക് ഈ നാട്ടിലെ ചെറുപ്പക്കാരെ തള്ളിവിടുകയായിരിക്കും ഫലമെന്നോർത്തോണം. ഈ പുഴുത്തു നാറിയ സർക്കാരിന്റെ–"

"പുഴുക്കാനും നാറാനുമൊന്നും കാലമായില്ലല്ലോ അനിയാ. കഷ്ടിച്ചു നാലുമാസമല്ലേ പ്രായമായുള്ളൂ" കുഞ്ചുനായർ ഇടയ്ക്കു കയറിപ്പറഞ്ഞു.

"അതു ഞങ്ങൾക്കറിയണ്ടാ." വെടിവച്ചാൻ കോവിൽ ഉച്ചത്തിൽ പറഞ്ഞു. "രാഹുൽജിയുടെ ഫൈസാബാദ്, പ്രസംഗം വായിച്ചു കാണുമല്ലോ–"

"വായിക്കാൻ ഭാഗ്യമുണ്ടായില്ല കുഞ്ഞേ. തിരഞ്ഞെടുപ്പാശാൻ പ്രശാന്ത് കിഷോറിന്റെ കുറിപ്പടി അനുസരിച്ച് രാഹുൽജി രണ്ടായിരം കയറ്റുകട്ടിൽ നിരത്തിയിട്ട് ഒരു വാട്ട് സഭ നടത്തിയെന്നും, യു പിയിലെ മുരടന്മാർ ഗ്രാമീണർ അദ്യത്തിന്റെ ആഹ്വാനം കേൾക്കാൻ നില്ക്കാതെ, കിട്ടിയ കട്ടിലുകൾ തലയിൽ വച്ചുകൊണ്ടു നടന്നുനിന്നു എന്നും വായിച്ചു."

ഒരു യുവതുർക്കി ക്ഷുഭിതനായി.

"നിങ്ങൾ തീവ്ര ഇടതുപക്ഷക്കാരനാണെന്നു തോന്നുന്നു. ഞങ്ങൾ മുരത്ത ബ്യൂറോക്രാറ്റായ നിങ്ങളോടു തർക്കിച്ചു സമയം മെനക്കെടുത്താനുദ്ദേശിക്കുന്നില്ല. വാ ഉണ്ടപ്പാറേ! സമരമെങ്കിൽ സമരം തന്നെ!"

തുർക്കികൾ കോപിച്ച് ഇറങ്ങിപ്പോയി.

കുഞ്ചു, പോസ്റ്റുമാൻ മേശപ്പുറത്തു വച്ചിട്ടുപോയ ഇൻലന്റ് ലെറ്റർ വളരെ ക്ലേശിച്ചു തുറന്നു വായിച്ചു.

കുഞ്ചുനായർ സാർ അവർകൾ ബോധിപ്പാൻ.

ഞാൻ കൈപ്പുഴ കൃഷ്ണപിള്ള, എക്സ് പഞ്ചായത്തു മെമ്പർ. ഓർക്കുന്നുണ്ടായിരിക്കുമല്ലോ എന്റെ എളേ മോൾ രോഹിണി ഭായി പറഞ്ഞിട്ടാ എഴുതുന്നതെന്നു കൂട്ടിക്കോണം. രോഹിണിയെ സാർ അറിയും. എഴുപതിൽ തിരുവന്തോരം കളക്ടറായിരിക്കുമ്പം ഇവിടെ കുരയ്ക്കണ്ണി ആമോദപ്രദായിനി വായനശാലേടെ വാർഷികത്തിനു വന്നപ്പം അഖിലാണ്ഡമണ്ഡലം പാടിയത് അവളാ. അന്നു പത്തിൽ പഠിക്കുന്ന കൊച്ചു പെണ്ണാ. ഇപ്പം വയസ്സായി. അല്ലേ, കൊല്ലം പത്തു നാല്പത്തഞ്ചു കഴിഞ്ഞില്യോ? അവടെ നായരു ഗുണവർദ്ധനൻ പിള്ള പട്ടാളത്തീന്നു പിരിഞ്ഞു വീട്ടിൽ വന്നു വെറുതെയിരിപ്പാ. കഷായവും കൊഴമ്പും മുക്കൂട്ടം ഒക്കെയായിട്ട്, വാതക്കൂറാ. മൂന്നു പെമ്പിള്ളാരെ കഷ്ടപ്പെട്ട് അയച്ചെന്നു കൂട്ടിക്കോണം. നാലാമത്തെ ചെറുക്കൻ ഡിജിൻ മൂന്നുതവണ എസ് എസ് എൽ സിക്കു തോറ്റു തെക്കുവടക്കു നടക്കുവാ. ഒരു ചൊമന്ന മുണ്ടും കറുത്ത ഷർട്ടും വലിച്ചു കേറ്റി, തല പകുതി വടിച്ച് ബാക്കി കുരുവിക്കൂടു പോലാക്കി മുന്നൂറ്ററുപത്തഞ്ചു ദിവസോം സിനിമായും കണ്ടു കഴിയുന്നു. അവനെ ഇദ്യം ഒന്നു രക്ഷിച്ചെടുത്തേ പറ്റു. കാൽകാശിനു പിടിപ്പില്ല. കന്നീൽ വയസ്സ് ഇരുപത്തഞ്ചു കഴിഞ്ഞു.

ഇദ്യത്തിനു വല്യ ഉദ്യോഗമല്യോ വന്നു കേറീരിക്കുന്നത്. ചെറുക്കന് ഒരു ജോലി തരപ്പെടുത്തണം. ശിപായി പോരാ. കൈപ്പുഴ കിക്ഷപിള്ളയദ്യത്തിന്റെ കൊച്ചുമോൻ ചായ വാങ്ങിച്ചോണ്ടുക്കൊടുക്കുന്നു എന്നു പത്തു പേരു പറഞ്ഞാൽ നമുക്കു ക്ഷീണമല്യോ? ഒരെളുപ്പവഴിയുണ്ട്. അവനെ ഇദ്യത്തിന്റെ പീയേ ആയിട്ട് അങ്ങു നിയമിച്ചേക്കണം. ചെറുക്കനു ജോലിയൊന്നും ചെയ്യണ്ടാ, മാസാമാസം ശ്രീപപ്പനാവസ്സാമീടെ മുപ്പതിനായിരമോ നാല്പ്പതിനായിരമോ രൂപാ എണ്ണിവാങ്ങിക്കുകേം ചെയ്യാം.

ഉപേക്ഷ വിചാരിക്കരുത്. മടക്കത്തപാലിൽത്തന്നെ ഡിജിന്റെ നിയമന ഉത്തരവ് അയയ്ക്കുമല്ലൊ. എന്നു ഭക്ത്യാദരപൂർവ്വം കെ ആർ കൃഷ്ണപിള്ള (ഒപ്പ്)

ഭാവത്തിൻ പരകോടിയിൽ സ്വയമഭാവത്തിൻ പ്രഭാവം വരാം എന്നോമറ്റോ മഹാകവി പറഞ്ഞിട്ടുണ്ട്. ആ അഭാവത്തിൽ പ്രഭാവം തനിക്കനുഭവപ്പെടുന്നുവെന്നു തോന്നി കുഞ്ചുനായർക്ക്. ആശ്വാസത്തോടെ, കിക്ഷപിള്ളയദ്യത്തിന്റെ കത്തു മടക്കി ഭദ്രമായി മേശയിൽ നിക്ഷേപിച്ചിട്ട്, ഉന്നതാധികാരി കുഞ്ചുനായർ കണ്ണടച്ചു കസേരയിൽ ചാരിയിരുന്നു.

പ്രശ്നം ഗുരുതരം!

രാഷ്ട്രപതി കേരളം സന്ദർശിക്കുന്നു!

ഇതിൽ എന്തു വാർത്തയിരിക്കുന്നു ഹേ? സ്ഥിരം പരിപാടിയനുസരിച്ചു വിമാനത്താവളത്തിൽ 'ഊഷ്മളമായ' സ്വീകരണം (പിന്നെ, ശീതളമായ സ്വീകരണമുണ്ടോ?), പ്രോട്ടോക്കോൾ, ഗവർണർ മുതൽ പഞ്ചായത്തു മെമ്പർവരെയുള്ള സാന്നിദ്ധ്യങ്ങൾ, വഴിനീളെ ജനം, കീ ജേ വിളി, മാലപ്പടക്കം, പട്ടാളം, പൊലീസ്, കമാന്റോ, കരിമ്പൂച്ച, തണ്ടർ ബോൾട്ട്, തണ്ടൻ നാറാപിള്ള–അല്ലാതെന്ത്?

അല്ലല്ല, ഇതു സംഗതി വേറെ, കേരള സർവ്വകലാശാല കാമ്പസിൽ, ഇൻഡ്യൻ ഹിസ്റ്ററി കോൺഗ്രസ് സമ്മേളനം ഉദ്ഘാടനം ചെയ്യാൻ രാഷ്ട്രപതി ഉപവിഷ്ടനാകുന്ന വേദിയുടെ തൊട്ടുമുകളിൽ ഒരു കുഴച്ചക്കയോളം വലുപ്പമുള്ള ഉഗ്രൻ ഒരു കടന്നൽക്കൂട്! ടി കൂട് ആരാണു നശിപ്പിക്കേണ്ടത്, സർവ്വകലാശാലയാണോ, കളക്ടറാണോ, കോർപ്പറേഷനാണോ, അഗ്നിശമനമാണോ, പൊലീസാണോ, സി ആർ പി എഫ് ആണോ, വനം വകുപ്പാണോ, മൃഗസംരക്ഷണ വകുപ്പാണോ, കൂടു തീ വയ്ക്കുന്നതിനു മുമ്പേ മേനകാജീയുടേം കടന്നൽ സ്നേഹികളുടേം മുൻകൂട്ടി അനുവാദം വാങ്ങിക്കണോ– തീരുമാനമാകാതെ വിവാദം നീണ്ടുപോകുന്നു.

ചുരുക്കം, രാഷ്ട്രപതിയെ കടന്നൽ കുത്തിച്ചു ദൈവത്തിന്റെ സ്വന്തം നാടു വീണ്ടും ചരിത്രം സൃഷ്ടിക്കാൻ പോകുന്നു!

വാർത്ത വായിച്ചപ്പോൾ ഒരു പഴയ കടന്നൽക്കഥ ഓർമ്മവന്നു. പത്തു നാല്പതുകൊല്ലംമുമ്പ്, എന്റെ ജ്യേഷ്ഠനും ഗുരുവുമായിരുന്ന മലയാറ്റൂർ. രാമകൃഷ്ണൻ പത്രാധിപരായിരുന്ന *ധരണി* എന്ന സർക്കാർ മാസികയ്ക്കു വേണ്ടി എഴുതിയത്.

രണ്ടു നൂറ്റാണ്ടുകൾക്കുമുമ്പ് സാക്ഷാൽ മൈസൂർ വ്യാഘ്രം കോട്ടകെട്ടി സംരക്ഷിച്ചിട്ടുള്ള, എത്രയും ബഹുമാനപ്പെട്ട, പാലക്കാട് ജില്ലാ കളക്ടറാഫീസ്. കോട്ടയ്ക്കു ചുറ്റും കിടങ്ങും, ടി കിടങ്ങിൽ പച്ചയോ മഞ്ഞയോ നിറം എന്നു വ്യവച്ഛേദിച്ചു പറയാൻ നിവൃത്തിയില്ലാത്തതും കോട്ടയോളംതന്നെ പഴക്കമുള്ളതുമായ വെള്ളവും അതിൽ കണ്ടാൽ അറിയാവുന്നതും പേര് അറിഞ്ഞുകൂടാത്തതുമായ നാനാജാതി ചെറുകിട ജലജന്തുക്കളും പലവക ചെടികളും ഉള്ളതുമാകുന്നു. ചരിത്രപ്രസിദ്ധമായ കോട്ടയ്ക്കുള്ളിൽ കളക്ടറാഫീസ് നിലനിന്നുവരവെ, ഒരു ദിവസം ശിരസ്തദാർ മീനാക്ഷിപുരം ശേഷയ്യങ്കാർ വരാഹം അയ്യങ്കാർ രണ്ടു മാസത്തെ അവകാശ അവധി കഴിഞ്ഞ് തിരികെ ജോലിയിൽ പുനഃപ്രവേശനം ചെയ്യാനായി വന്നെത്തി. സാമാന്യത്തിലധികം വ്യാസമുള്ള കുടവയർ വഹിച്ചുകൊണ്ടും ശരീരത്തിന്റെ നാനാഭാഗങ്ങളിലും യഥേഷ്ടം ചൊറിഞ്ഞു കൊണ്ടും സ്വാമി ഒരു കുട്ടിയാനയെപ്പോലെ ആഫീസ് വരാന്തയിലൂടെ നടന്നുവരികയായിരുന്നു. ഒരു കൈയിൽ ആറു 'അടുക്കുകളോടുകൂടിയ ഒരു ഉഗ്രൻ ചോറ്റുപാത്രവും മറു കൈയിൽ ഒരു കെട്ട് ഫയലുകളും.

തനിക്ക് ഏറ്റവും പ്രിയപ്പെട്ട ഖരഹരപ്രിയ രാഗം മൂളിക്കൊണ്ടാണ് അയ്യങ്കാർ സ്വാമി നടന്നിരുന്നത്.

"സുദതീ സീതമ്മാ സരാമിത്രി" വരെ എത്തിയതേയുള്ളു.

'മലയാം പ്രവിശ്യ കൽക്കട്ടരുടെ ശിപ്പായി' എന്നു പിച്ചളയിൽ വടിവില്ലാത്ത അക്ഷരത്തിൽ കൊത്തിയിട്ടുള്ള പരിപാവനമായ സർക്കാർ മുദ്രയും, വില്ല തുടങ്ങിയ വേഷവിധാനങ്ങളും ധരിച്ച ഒരു ശിപായി ശിരസ്തദാരെ ഭയഭക്തിപൂർവ്വം അനുഗമിച്ചു.

വാതിൽ തുറന്നു മുറിയിലേക്കു പ്രവേശിച്ച അയ്യങ്കാർ കഠിനമായി ഞെട്ടിയതും ഏതാനും അടി റിവേഴ്സ്ഗിയറിൽ പാഞ്ഞതും, ഫയലുകൾ നടുമുറ്റത്തേക്ക് എറിഞ്ഞതും ഒപ്പം കഴിഞ്ഞു. അനുസരണശീലമുള്ള ഒരു കീഴുദ്യോഗസ്ഥനായ ശിപായി വേലാണ്ടിയും, കാര്യം എന്തെന്നു മനസ്സിലായില്ലെങ്കിലും സ്വാമി പുറകോട്ടു ചവുട്ടിയ അത്രയും ചുവടുകൾ വേലകളിക്കാരനെപ്പോലെ പുറകോട്ടെടുക്കുകയും കാര്യമെന്തെന്ന ആകാംക്ഷയോടെ നോക്കിനില്ക്കുകയും ചെയ്തു.

അയ്യങ്കാർ അറിയാതെ "അയ്യോ!" എന്ന് ഉറക്കെ വിളിച്ചുപോയി. സംസാരിക്കാനൊരു തടസ്സം. സംഭാഷണശേഷി വീണ്ടുകിട്ടിയ അദ്ദേഹം മുറിയുടെ ഒരു മൂലയിലേക്കു വിരൽ ചൂണ്ടിക്കൊണ്ടലറി:

"എടേ വേലാണ്ടീ, അതേ പാത്തായാ?"

വേലാണ്ടി നോക്കിയെങ്കിലും ഒന്നും കണ്ടില്ല.

"സർ, കാര്യം മനസ്സിലായില്ല. ഏതാണാവോ ഇവിടെ കണ്ടത്?"

"വിഡ്ഢി! കവനിച്ച് പാരു. അന്ത തെക്കുകിഴക്കെ മൂലയിൽ ചക്രവർത്തി തിരുമനസ്സോടു പടത്തിനുടെ കീഴെ... പാത്തായാ?"

"അയ്യോ! കണ്ടു സ്വാമീ. കണ്ടു! ഇതൊരു..."

"അയ്യോ! അതോടുകിട്ടെ പോകാതെ!" ഒരട്ടഹാസത്തോടു കൂടി അയ്യങ്കാർ വെളിയിലേക്കു നടന്നു. മുറിക്കുള്ളിലേക്കു കടക്കാതെ ഓടി എന്നു പറയുകയാവും ശരി. ശീഘ്രപലായനം.

അയ്യങ്കാരുടെ ശബ്ദഘോഷംകേട്ട് മറ്റു ചിലരും, രംഗത്തെത്തി. മജിസ്റ്റീരിയൽ ക്ലാർക്ക് ഹരിഹരസുബ്രഹ്മണ്യയ്യർ, സെക്ഷൻ ഹെഡ് ശിവരാമ മന്നാടിയാർ, ഡഫേദാർ കുഞ്ഞുരാമൻ. പിന്നെ ഏതാനും പൊതുജനം.

"എന്താ സ്വാമി കാര്യം?" എല്ലാവരും കൂടി കോറസ്സായി ചോദിച്ചു.

''ഹായ്! ശത്തം പോടാതെ... പ്ലീസ്!'' അയ്യങ്കാർ അപേക്ഷാ സ്വരത്തിൽ പറഞ്ഞു. "യു വിൽ ഡിസ്റ്റർബ് ദം! മാത്രമല്ല, എ ഡി എം ഇപ്പോവേ വന്തുവിടുവാൻ! സൈലൻസ്!" പക്ഷേ, ഡിസ്റ്റർബൻസ് നടന്നു കഴിഞ്ഞിരുന്നു. കൂട്ടിൽനിന്ന് ഒരു കടന്നൽ രാമബാണം പോലെ, പാഞ്ഞ് അയ്യങ്കാരെതന്നെ ലക്ഷ്യമാക്കി പറന്നെത്തി. സംഭ്രാന്തനായ സ്വാമി വേലാണ്ടിയെ മറിച്ചിട്ടുകൊണ്ടു മുറ്റത്തേക്കിറങ്ങിയോടി. ഓടുന്ന വഴി ഉത്തരീയം പറന്നുപോയി. അട്ടഹാസവും അലർച്ചയും മുഴങ്ങി. എല്ലാവരും അങ്ങോട്ടും ഇങ്ങോട്ടും പാഞ്ഞു.

ഒരു നിമിഷത്തിനകം ബഹളം അസ്തമിച്ചു. പരിപൂർണ്ണ നിശ്ശബ്ദത. പിൻഡ്രോപ് സൈലൻസ്, എ ഡി എം കുട്ടിശ്ശങ്കരമേനോൻ ബി എ എസ്ക്വയർ, കളക്ടർ–ഇൻചാർജ്. അദ്ദേഹത്തിന്റെ പഴയ ആസ്റ്റിൻ കാറിൽനിന്ന് പുറത്തിറങ്ങി. കുഞ്ഞുരാമൻ ഓടിച്ചെന്ന് അറ്റൻഷനായിനിന്നു. എ ഡി എം അവർകളുടെ വരവ് പ്രതീക്ഷിച്ചെന്നവണ്ണം ഹരിഹരസുബ്രഹ്മണ്യ അയ്യരും മന്നാടിയാരും ഭക്തിപൂർവ്വം അല്പം ദൂരെ മാറി നിന്നു.

"ഹേ അയ്യങ്കാർ! എന്തോന്നാണു രാവിലെ ഈ ബഹളമെല്ലാം?" ഗംഭീര സ്വരത്തിൽ എ ഡി എം അവർകൾ ഒട്ടു നീരസത്തോടെ ചോദിച്ചു.

''സോറി സാർ, എന്റെ ആഫീസ് മുറിയിൽ കടന്നലുകൾ കൂടുവച്ചിരിക്കുന്നു. ടെറിബിൾ!" അയ്യങ്കാർ പരമദയനീയമായ സ്വരത്തിൽ ബോധിപ്പിച്ചു.

"കടന്നലോ?'' വിശ്വസിക്കാനാവാതെ എ ഡി എം അവർകൾ ചോദിച്ചു. എത്രയും ബഹുമാനപ്പെട്ട പാലക്കാട് കളക്ടറാഫീസിൽ കടന്നലുകൾ കൂടുവയ്ക്കുക! ലജ്ജാവഹം! അസംഭവ്യം! അശ്രുതപൂർവ്വം!

"എസ് സർ, കടന്നലുകൾതന്നെ. അതാവത്, വാസ്പ്സു–ഞാൻ ലീവിലായിരുന്നപ്പോൾ അൺ ആതറൈസ്ഡായി എന്നോടെ മുറിയിൽ ട്രെസ്പാസു പണ്ണി, വച്ചതാണെന്ന് ഊഹിക്കുന്നു. എൻക്രോച്ച്മെന്റ്. സാർ, നോക്കണം, ചക്രവർത്തി തിരുമേനിയുടെ പടത്തിനു തൊട്ടുമുകളിൽ! ഒഫ്ആൾ പ്ലെയ്സസ്!" അയ്യങ്കാർ വിറയാർന്ന ചൂണ്ടു വിരൽ കൊണ്ട് കടന്നൽക്കൂട് കുട്ടിശ്ശങ്കരമേനോൻ ബി എയുടെ ശ്രദ്ധയിൽപ്പെടുത്തി.

"ഐ സി.! കടന്നൽക്കൂടുതന്നെ! ചക്രവർത്തി തിരുമേനിയുടെ

പടത്തിനു നേരെ മുകളിൽ! ഛെ, ഛെ! ഡിസ്ഗ്രേയ്സ്ഫുൾ! എവിടെ ഡഫോദാർ?" എ ഡി എം ധാർമ്മികരോഷത്തോടെ ഗർജ്ജിച്ചു.

ഡഫേദാർ മൂന്നു ചുവടു മുന്നോട്ടുവച്ച് അറ്റൻഷനായി നിന്നു.

"അരമണിക്കൂറിനകം കടന്നൽക്കൂട് അവിടെനിന്നു മാറ്റി വിവരം റിപ്പോർട്ടു ചെയ്തുകൊള്ളണം! ഫോർത്ത് വിത്!'' സഗൗരവം ഉത്തരവിട്ടിട്ട് എ ഡി എം, അദ്ദേഹത്തിന്റെ ചേംബറിലേക്കു പോയി.

ഡഫേദാർ ധർമ്മസങ്കടത്തിലായി. കടന്നൽക്കൂട് പൊളിച്ചുമാറ്റുക എന്ന സാഹസകൃത്യം ചെയ്യാൻ പെൻഷനു കഷ്ടിച്ച് രണ്ടുമാസം മാത്രമുള്ള കുഞ്ഞു രാമന് ധൈര്യം വന്നില്ല. "എന്റെ ഏമൂർ ഭഗവതീ! രക്ഷിക്കണേ!"

അയ്യങ്കാർ പ്രതീക്ഷയോടെ കുഞ്ഞുരാമനെ നോക്കി.

"സാർ, എന്തു വേണമെങ്കിലും ഞാൻ ചെയ്യാം. കോട്ടമതിലിൽനിന്നു കിടങ്ങിലേക്കു ചാടാം. തിരിച്ച് കോട്ടമതിലിൽ കയറാം, ഇതുമാത്രം ദൈവത്തെ ഓർത്ത് എന്നോടു കല്പിക്കരുത്." ഡഫേദാർ യാചിച്ചു.

"ഇഡിയറ്റ്! നിന്നെ ആര് ഹേ ഡഫേദാരാക്കിയത്? ഇത്ര നിസ്സാരമായ ഒരു കാര്യംപോലും ചെയ്യാൻ വയ്യെങ്കിൽ ശീഘ്രം സ്ഥലം വിട്ടോ! (സൗമ്യനായി), അടേ വേലാണ്ടീ! ഇവിടെവാ. നീ ഈ മണ്ടനെപ്പോലെ അല്ലല്ലോ. കടന്നൽക്കൂട് എളുപ്പം പൊളിച്ചുമാറ്റ്. മുടിയാതാ?"

പക്ഷേ, വേലാണ്ടി കർമോന്മുഖനായില്ല. കടന്നലാണു കാര്യം!

അയ്യങ്കാർ സ്വാമി പൊട്ടിത്തെറിച്ചു; "ഒരു ബറ്റാലിയൻ ശിപായിമാർ ഇവിടെയുണ്ട്. എന്തു പ്രയോ ഇനം? വാട്ട് യൂസ്? ഒരു കടന്നൽക്കൂടു മാറ്റാനുള്ള ചങ്കുറപ്പു പോലും ഒരു കഴുതയ്ക്കുമില്ല. കവേഡ്സ്! ശോമ്പേ റിപ്പയൽകൾ. കടവുളേ, ഞാനിനി എന്തു ചെയ്യും? എ ഡി എം ന് റിപ്പോർട്ടു ചെയ്യണമോ? അദ്ദേഹം എന്നെ ഡിസ്മിസ് ചെയ്യും!"

ഈ സന്ദർഭത്തിൽ, പരിശീലനം നടത്തിക്കൊണ്ടിരിക്കുന്ന അസിസ്റ്റന്റ് കളക്ടർ കല്യാണസുന്ദരം ആ വഴിക്കുവന്നു. ചുരുണ്ട തലമുടി അലക്ഷ്യമായി ഇടതുകൈകൊണ്ടു തടവിക്കൊണ്ട് അസിസ്റ്റന്റു കളക്ടർ ചോദിച്ചു.

"വാട്ടീസ് ദി മാറ്റർ, മിസ്റ്റർ അയ്യങ്കാർ?"

"പ്ലീസ് സർ, ഒരു കടന്നൽക്കൂട്! ചക്രവർത്തി തിരുമേനിയുടെ പടത്തിനു തൊട്ടുമുകളിൽ! അൺ ഫോർച്ചുണേറ്റ്" അയ്യങ്കാർ ദുഃഖവും നിരാശയും കലർന്ന സ്വരത്തിൽ ഉണർത്തിച്ചു;

"ഐ സീ! ഒരു കടന്നൽക്കൂടു തന്നെ ഏറ്റവും അപകടം. ഡെയ്ഞ്ചറസ്. ഒരു കാരണവശാലും കടന്നലുകളെ ഉപദ്രവിച്ചുകൂടാ. യു സീ, കടന്നലുകൾ പലജാതിയുണ്ട്. ഇവിടെ കാണുന്ന ഇനം കടന്നലിനെ ഞങ്ങൾ ശാസ്ത്രജ്ഞന്മാർ വേസ് പാവൾഗാരീസ് എന്നു വിളിക്കുന്നു. യൂറോപ്പിൽ സാധാരണ കണ്ടുവരാറുള്ള വെസ്പാക്രാബ്രോ എന്ന ഇനത്തോടു ബന്ധപ്പെട്ടത്. ഇവയ്ക്കെല്ലാംകൂടി പൊതുവെയുള്ള പേരാണ് ഹൈമെനോപ് റൈറ്റാ ദാറ്റീസ്, ദ വെസ്പിഡേ ഫാമിലി. യു

സീ ദ പോയിന്റ്? പുരിഞ്ചിതാ?"

(അസിസ്റ്റന്റ് കളക്ടർ ഐ എ എസ് പരീക്ഷ പാസ്സാകുന്നതിനു മുമ്പ് ഒരു സുവോളജി ലക്ചററായിരുന്നു.)

"എസ് സർ, എസ് സർ, നല്ലവണ്ണം മനസ്സിലായി. വെരി ക്ലിയർ!" അയ്യങ്കാർ ആദരപൂർവ്വം പറഞ്ഞു: സത്യത്തിൽ അസിസ്റ്റന്റ് കളകട്റുടെ പ്രസംഗത്തിന്റെ ഒരക്ഷരംപോലും സ്വാമിക്കു പിടികിട്ടിയിരുന്നില്ല. ആനാലും ഐ എ എസ് ആക്കുമേ!

"ആരും ആ കടന്നലുകളോടു കളിക്കാൻ പോകാതിരിക്കുകയാണു നല്ലത്. അതു വിദഗ്ദ്ധന്മാർക്കു വിട്ടുകൊടുക്കുകയാണു ഭേദം. ഇറ്റ് ഈസ് ആൻ എക്സ്പേർട്ട്സ് ജോബ്." സഗൌരവം ഉപദേശിച്ച്, എ സി, അദ്ദേഹത്തിന്റെ ചേംബറിലേക്കു നടന്നു.

കാലക്കേട്! അയ്യങ്കാർ പഴയ മുൻഷിമാർ പറയുന്നതുപോലെ, ഇതികർത്തവ്യതാമൂഢനായി നിലകൊണ്ടു.

തലയിൽ ആപ്പിൾപഴം വീണ ന്യൂട്ടനെപ്പോലെ ഹരിഹര സുബ്രഹ്മണ്യ അയ്യർക്ക് പെട്ടെന്നൊരു വെളിച്ചം കിട്ടി.

"സർ, ക്രിമിനൽ നടപടി നിയമം 133-ാം വകുപ്പു പ്രയോഗിച്ചാലെന്താ? കടന്നൽക്കൂട് ആഫ്റ്ററാൾ ഒരു പബ്ലിക് ന്യൂയിസൻസാണല്ലോ!"

അയ്യങ്കാർക്ക് കലി വന്നു. "ഷട്ടപ്പ് പ്ലീസ്! കടന്നലിനെതിരായാണ് ക്രിമിനൽ പ്രൊസീഡിയർ!"

അറുപത്തിനാലുകോടി ഡോളറിന്റെ ചോദ്യം അവശേഷിച്ചു-ഒരു കടന്നൽ നശീകരണ വിദഗ്ദ്ധനെ കണ്ടെത്തുക!

സ്വാമിക്ക് ആകെ നിരാശയായി. "എടേ വേലാണ്ടി, പഴയ റെക്കോർഡുകളെല്ലാം റെക്കോർഡ്സ് റൂമിൽനിന്നും റിമൂവ് പണ്ണി, സർവ്വെ സൂപ്രണ്ടിന്റെ മുറിയിൽ പോട്. എന്നിട്ട അവിടെ ഒരു കസേരയും മേശയും ഇട്ടുകള. ഈ നാശം ഇവിടെനിന്നും പോകുന്നതുവരെ ഞാനിനി ഇവിടെ ഇരിക്കുന്നില്ല. അപകടം. ഹൈലി റിസ്കി!"

സ്വാമിയുടെ അഭിപ്രായം നൂറ്റൊന്നു ശതമാനം ശരിയാണെന്ന് ഓർമ്മിപ്പിച്ചു പെട്ടെന്നു കൂട്ടിൽനിന്നു വെസ്പാ വൾഗാരിസ് കുടുംബത്തിലെ ഒരു കാരണവർ താഴോട്ടു പറന്നു വന്ന്, ഒരു ഇറ്റു വിമാ നത്തെപ്പോലെ ചുറ്റിപ്പറന്നതിനുശേഷം കൂട്ടിലേക്ക് മടങ്ങി. അയ്യങ്കാർ അതിനെ ഭീതിയോടെ നോക്കി.

താല്ക്കാലികമായ തന്റെ ആഫീസ് റൂമിലിരുന്ന് സ്വാമി കഠിനമായി ആലോചിച്ചുതുടങ്ങി. കടന്നൽക്കൂടു നശിപ്പിക്കുക എന്ന ജീവൻമരണ പ്രശ്നത്തെക്കുറിച്ച്, ഉടനടി വേണ്ട നടപടികൾ കൈക്കൊള്ളാൻ എക്സിക്യൂട്ടീവ് എഞ്ചിനീയർക്കൊന്ന് എഴുതിയാലോ? എ സി, പറഞ്ഞ "വിദഗ്ദ്ധൻ" എന്ന വിഭാഗത്തിൽ അയാളും ഉൾപ്പെടുമല്ലോ. തന്റെ ബുദ്ധിയിൽ സ്വാമിക്കുതന്നെ അഭിമാനം തോന്നി, ഉടനടി ഒരു അർദ്ധ ഓദ്യോഗിക കത്ത് എക്സിക്യൂട്ടിവ് എഞ്ചിനീയർക്കു പറന്നു.

അതിന് യഥാകാലം ഒരു അർദ്ധ ഔദ്യോഗിക മറുപടി കിട്ടി.

1. കടന്നൽക്കൂടുകൾ നശിപ്പിക്കുന്നതിനെപ്പറ്റി. പി ഡബ്ലിയു ഡി കോഡ് ഒന്നാം വാല്യത്തിൽ യാതൊന്നും പ്രസ്താവിച്ചുകാണുന്നില്ല, 2. എന്നു മാത്രമല്ല 101 ക്യാപ്പിറ്റൽ ഔട്ട് ലേയിൽ ഈ വർക്ക് ഉൾപ്പെടുത്തി ചെയ്യുന്നതിനു ബഡ്ജറ്റിൽ ഈ വർഷം അടങ്കൽ തുക ഇല്ലാത്തതുമാകുന്നു. 3. ഏതു മൈനർ അക്കൗണ്ട് ഹെഡിലേക്കാണ് കടന്നൽക്കൂടു നശീകരണച്ചെലവ് ഡെബിറ്റു ചെയ്യേണ്ടതെന്ന് ചൂണ്ടിക്കാണിക്കേണ്ടതാണ്. 4. ആഡിറ്റ് തടസ്സങ്ങൾ ഒഴിവാക്കുന്നതിനു വേണ്ടി ഈ വർക്ക് ഏതു, ഉത്തരവനുസരിച്ചാണ് അനുവദിച്ചിരിക്കുന്ന തെന്നു മുൻകൂട്ടി ചൂണ്ടിക്കാണിക്കേണ്ടതാകുന്നു. 5. ഈ സന്ദർഭത്തിൽ താങ്കളുടെ ശ്രദ്ധ സ: ഉ: (സാധാരണ) 127/പൊ: മ: വകുപ്പ് /68 എന്ന 7–1–1968 ലെ ഉത്തരവിന്റെ ഒന്നാം അനുബന്ധം, രണ്ടാം ഖണ്ഡിക, (എ) ഉപവകുപ്പിലേക്ക് ക്ഷണിച്ചുകൊള്ളുന്നു. താങ്കളുടെ വിശ്വസ്തൻ, എക്സിക്യൂട്ടീവ് എഞ്ചിനീയർക്കുവേണ്ടി, ഡിവിഷണൽ അക്കൗണ്ടന്റ്.

അയ്യങ്കാരുടെ തല കറങ്ങി. അല്പം വെളിച്ചം വന്നപ്പോൾ പൊ: മ: വകുപ്പിന്റെ 1968 ലെ സ: 127 എന്താണെന്ന് ആദ്യം കണ്ടുപിടിക്കാം എന്നു വിചാരിച്ചു. മിസലേനിയസ് ക്ലാർക്ക് രാമവർമ്മ ഏറാടി ശിരസ്തദാരുടെ സന്നിധിയിലേക്കു വിളിക്കപ്പെട്ടു.

"പൊ:മ: വകുപ്പിലെ സ; 127 അടങ്ങിയ സ്റ്റോക്ക് ഫയൽ ഉടൻ ഹാജരാക്കണം. മോസ്റ്റ് എമർജന്റ്" 1. അയ്യങ്കാർ അല്പം ക്ഷോഭത്തോടെ ഉത്തരവായി.

ഏഴര നാഴികയ്ക്കു ശേഷം രാമവർമ്മ ഏറാടി നിരാശനായി തിരികെ വന്നു. നിഷ്കൃഷ്ടമായ തിരച്ചിലിനു ശേഷവും സ ഉ: 127 നെ കണ്ടെത്താൻ കഴിഞ്ഞിട്ടില്ല.

സ്വാമിക്ക് ദേഷ്യം വന്നു,

"എക്സിക്യൂട്ടീവ് എഞ്ചിനീയറുടെ കൈയിൽനിന്ന് ഒരെണ്ണം ഉടൻ വാങ്ങിക്കൊണ്ടുവാ കഴുതേ" അദ്ദേഹം അലറി.

അർദ്ധ ഔദ്യോഗികം വീണ്ടും പോയി.

ഒരാഴ്ചയ്ക്കു ശേഷം സ: ഉ; 127 എത്തിച്ചേർന്നു. പക്ഷേ, അതിൽ കടന്നൽക്കൂടു നശീകരണത്തെപ്പറ്റി ഒരു സൂചനപോലും ഇല്ലായിരുന്നു. അത് ഇ എൽ പി കക്കൂസിന്റെ ചെലവു ചുരുക്കുന്നതിനെപ്പറ്റി ആയിരുന്നു!

അയ്യങ്കാരുടെ കണ്ണിൽനിന്നു തീപ്പൊരി പറന്നു. ഈ മണ്ഡൂകങ്ങളെ എല്ലാം അടിച്ചു കളഞ്ഞ് സർക്കാർ സർവ്വീസ് ശുദ്ധമാക്കേണ്ടിയിരിക്കുന്നു! പക്ഷേ, എക്സിക്യൂട്ടീവ് എഞ്ചിനീയറെ മണ്ഡൂകം എന്നു വിളിച്ചാൽ കാര്യം നടപ്പില്ലല്ലോ. വിനയപൂർവ്വം വീണ്ടും ഒരു അർദ്ധ ഓദ്യോഗികക്കത്ത് അദ്ദേഹത്തിനയച്ചു. "സ:ഉ: ന്റെ നമ്പറിൽ എന്തോ തെറ്റു പറ്റിയിട്ടുണ്ടെന്നു തോന്നുന്നു. സദയം പരിശോധിക്കുമാറാകണം."

ഒരുമാസത്തിനുശേഷം മറുപടി വന്നു. തെറ്റുപറ്റിയതിൽ ഖേദിക്കുന്നു. ശരിയായ സ:ഉ: തിരഞ്ഞുകൊണ്ടിരിക്കുന്നു.

ശരിയായ സ:ഉ; ഒന്നര മാസത്തിനു ശേഷം വന്നെത്തി. സന്തോഷം

കൊണ്ട് അയ്യങ്കാർ തുള്ളിച്ചാടി. പക്ഷേ, ഉത്തരവു വായിച്ചു കഴിഞ്ഞപ്പോൾ അദ്ദേഹത്തിന്റെ മുഖം വാടി.

ആഡിറ്റ് തടസ്സങ്ങൾ എങ്ങനെ ഒഴിവാക്കാം എന്നതിനെപ്പറ്റിയായിരുന്നു അത്. കടന്നൽക്കൂട് നശീകരണത്തെപ്പറ്റി ഒരക്ഷരം പറയുന്നില്ല! അയ്യങ്കാർക്ക് ലോകത്തോടുതന്നെ വെറുപ്പുതോന്നി. അടുത്തനിമിഷം ഒരു പുതിയ വെളിച്ചം കണ്ടെത്തിയാലെന്നവണ്ണം അദ്ദേഹത്തിന്റെ മുഖം സന്തോഷം കൊണ്ടു വികസിച്ചു. "ഹായ് ഏറാടി!" അദ്ദേഹം വിളിച്ചു.

വിനയാന്വിതനായി ഏറാടി കടന്നുവന്നു.

"ഇങ്ങെ വാ! ബോർഡ്സ് സ്റ്റാൻഡിങ് ഓഡേഴ്സ് മൂന്നാം വാല്യം കൊണ്ടുവാ ഉടൻ!"

പരബ്രഹ്മം പോലെ, ആദിയും അന്തവുമില്ലാത്ത നരച്ചു വൃദ്ധനായ ബോർഡ്സ് സ്റ്റാൻഡിങ് 3–ാം വാല്യം നിമിഷങ്ങൾക്കകം അവിടെയെത്തി. ഏതാണ്ട് തന്റെ സമപ്രായക്കാരനായ പുസ്തകത്തിനെ വാത്സല്യപൂർവ്വം തടവിക്കൊണ്ട് അയ്യങ്കാർ പറഞ്ഞു. "നിങ്ങൾക്ക് ബോർഡ് സ്റ്റാൻഡിങ് ഓഡേഴ്സിന്റെ വില എന്താണെന്ന് അറിഞ്ഞുകൂടാ. എന്തു സംശയം ഉണ്ടായാലും ഉടൻ അതിൽ നോക്കണം. അണ്ടർസ്റ്റാൻഡ്? തീർച്ചയായും ഉത്തരം അതിൽത്തന്നെ കാണും. യൂ സീ, അത് *മഹാഭാരതം* പോലെയാകുന്നു. അതിനകത്തില്ലാത്തത് എങ്ങും കാണാൻ വഴിയില്ല. വെൽ. ഇൻഡെക്സ് എടുക്ക്."

"ശരി സർ, ബി എസ് ഒയിൽ കടന്നലുകളെക്കുറിച്ച് ഒന്നും പറയുന്നില്ലല്ലോ. അത്ഭുതം തന്നെ! മദിരാശി റവന്യൂബോഡാഫീസിൽ കടന്നലുകൾ, ഇല്ലായിരിക്കണം." ഏറാടി അല്പം സന്ദേഹത്തോടുകൂടി ഉണർത്തിച്ചു.

അയ്യങ്കാർക്ക് ക്ഷോഭം സഹിച്ചില്ല. അദ്ദേഹം പുസ്തകം തട്ടിപ്പറിച്ചു പരിശോധിച്ചു. ബി എസ് ഓവിൽ ഇല്ലപോലും! ചിന്തിക്കുന്നതുതന്നെ മഹാപാപം.

പക്ഷേ, വീണ്ടും പരിശോധിച്ചിട്ടും ഫലമൊന്നുമുണ്ടായില്ല. മദ്രാസ് ഗവൺമെന്റ് പ്രസിലെ പഴയ അച്ചടി അക്ഷരങ്ങൾ അയ്യങ്കാരെ നിർവ്വികാരമായി നോക്കി. പരിക്ഷീണനായി അദ്ദേഹം ബി എസ് ഒ അടച്ചു മാറ്റിവച്ചു.

പെട്ടെന്ന് ഒരു ബുദ്ധി തോന്നി. റവന്യൂ ബോർഡിൽ തന്നെ ഒന്നു ചോദിച്ചാലോ? കടന്നൽക്കൂടു നശീകരണത്തിന് അനുവാദം നല്കേണ്ടത് ആരാണെന്ന് അവിടെയിരിക്കുന്ന കമ്മീഷണർമാർ കണ്ടു പിടിക്കട്ടെ. ആഫ്റ്ററാൾ ഇവർക്കൊക്കെ വേറെ എന്താ ജോലി?

അന്നുതന്നെ ബോഡിലേക്കു ഒരു അർദ്ധ ഓദ്യോഗികം പോയി. രണ്ടു മാസത്തിനുശേഷം മറുപടി വന്നു.

കളക്ടർ താഴെപ്പറയുന്ന വസ്തുതകൾ ഉടൻ വിശദീകരിക്കണം.

1. കടന്നലുകൾ ശിരസ്തദാരുടെ മുറിയിൽ കൂടു കെട്ടാനുണ്ടായ സാഹചര്യങ്ങൾ എന്തൊക്കെയാണ്?

2. ഇതിന് ഉത്തരവാദികളായ വ്യക്തികളും അവരുടെ വിശദീകരണങ്ങളും.

3. ഇത്തരം സംഭവങ്ങൾ മുമ്പുണ്ടായിട്ടുണ്ടെങ്കിൽ അവയുടെ പൂർണ്ണ വിവരങ്ങൾ

4. കടന്നൽ നശീകരണത്തിന് ഏകദേശം വരുന്ന അടങ്കൽത്തുകയും അതിന്റെ വിശദാംശങ്ങളും.

5. പ്രസക്തമായ അക്കൗണ്ട് ഹെഡ്.

'പഴമ പരിചയമുള്ള എല്ലാവരോടും കീഴ്പ്പതിവുകളെക്കുറിച്ചു ചോദിക്കുക.' അയ്യങ്കാർ ഉത്തരവായി. ആർക്കും അറിഞ്ഞുകൂടെങ്കിൽ നേരെ കോഴിക്കോട് കളക്ടറാഫീസിലേക്ക് എഴുതിച്ചോദിക്കുക. സൂര്യനു താഴെയുള്ള സകലതിനും അവിടെ പ്രീസിഡന്റ്സ് കാണും. "ആഫ്റ്ററാൾ, 150 കൊല്ലത്തെ പാരമ്പര്യമുള്ള കളക്ടറേറ്റാക്കുമേ' അയ്യങ്കാർ ആദരപൂർവ്വം അനുസ്മരിച്ചു. ദ ഗ്രാൻഡ് ബ്രിട്ടീഷ് ട്രഡീഷൻ!"

ഒരിക്കൽക്കൂടി നിരാശയായിരുന്നു ഫലം. മഹത്തായ കോഴിക്കോട് കളക്ടറാഫീസിൽ പോലും, 'കടന്നലുകൾ ആഫീസ് മുറിയിൽ കൂടു കെട്ടിയതി'നെക്കുറിച്ചോ അവയെ നശിപ്പിച്ചതിനെക്കുറിച്ചോ കീഴ്പ്പതിവുകൾ ഉണ്ടായിരുന്നില്ല. കൊണോളിയേയും ലോഗനേയും ഡ്യൂമർഗിനേയും മറ്റു സായുമാരെയും കടന്നലുകൾ ഉപദ്രവിച്ചിരുന്നില്ലെന്നു ചുരുക്കം.

വിനയത്തോടും എന്നാൽ, വണക്കത്തോടും ബോഡിന് മറുപടി അയച്ചു. സുദീർഘമായ അന്വേഷത്തിനുശേഷവും കീഴ്പ്പതിവുകൾ കാണുന്നില്ല. സാജന്യപൂർവ്വം ഈ സംഗതി വീക്ഷിച്ചു. അടിയന്തിരമായ അനുമതി നല്കുമാറാകണം. മന്നിപ്പ്!

നാലുമാസത്തിനുശേഷം അനുമതി വന്നെത്തി. രൂ. 5 പ. 50-ൽ കവിയാത്ത അടങ്കൽതുകയിൽ ചെലവൊതുക്കി നിർത്തി കടന്നൽക്കൂടു നശിപ്പിക്കാൻ കളക്ടറെ അധികാരപ്പെടുത്തിയിരിക്കുന്നു. 19 (ഇ) എ-1, കളക്ടർന്മാരും മജിസ്ട്രേട്ടുമാരും (പലവക ചെലവുകൾ) എന്ന അക്കൗണ്ട് ഹെഡിൽ ചെലവ് ഡെബിറ്റ് ചെയ്യേണ്ടതാകുന്നു. ടെൻഡർ നടപടികൾ കർശനമായി പാലിച്ചിരിക്കേണ്ടതുമാകുന്നു. കടന്നൽക്കൂടു യഥാർത്ഥത്തിൽ നശിപ്പിച്ചു എന്ന സർട്ടിഫിക്കറ്റും ചെലവായ തുകകൾക്കുള്ള വൗച്ചറുകളും യഥാകാലം ബോർഡിലേക്ക് അയച്ചുകൊടുക്കേണ്ടതാകുന്നു.

നീണ്ട പരിശ്രമത്തിനുശേഷം, രൂ. 5 പ. 50 ൽ കൂടാത്ത അടങ്കൽ തുകയ്ക്കു കടന്നലുകളെ നശിപ്പിക്കാൻ തയ്യാറുള്ള ഒരു പാണ്ടിക്കാരനെ വില്ലേജാഫീസർ ചാത്തുനായർ ഹാജരാക്കി. ടെൻഡർ നടപടികൾ ശരിയാക്കാനായി ഇല്ലാത്ത മൂന്നു പാണ്ടിക്കാരുടെ പേരിൽ മറ്റു മൂന്നു ടെൻഡറുകറും ഹാജരാക്കി. ചു എന്നു ക്ഷ എന്നും ഒപ്പിട്ടു.

ആത്യന്തികമായ സമരത്തിന് പാലക്കാട് കളക്ടാഫീസ് ആവേശ പൂർവ്വം തയ്യാറെടുത്തു. ഏഴെട്ടു മാസമായി പൂട്ടിയിട്ടിരുന്ന ശിരസ്തദാരുടെ മുറി സശ്രദ്ധം പതുക്കെ തുറക്കപ്പെട്ടു. കോല്ക്കാരൻ കുഞ്ഞനെഴുത്ത

ച്ഛന്റെ നേതൃത്വത്തിൽ ഒരു ചാവേറ്റു പട ചൂലുകൾ, വടികൾ, പന്തങ്ങൾ എന്നീ ആയുധങ്ങളുമായി ആക്രമണത്തിനു തയ്യാറെടുത്തു നിന്നു. ചാത്തുനായർ ഹാജരാക്കിയ പാണ്ടിക്കാരൻ മുഖം മൂടിക്കെട്ടിക്കൊണ്ട്, ഒരു തീവെട്ടിക്കൊള്ളക്കാരനെപ്പോലെ എരിയുന്ന പന്തവുമായി ഏറ്റവും മുമ്പിൽ നിലയുറപ്പിച്ചു. സന്നാഹങ്ങൾ പരിശോധിച്ച് സംതൃപ്തനായ അയ്യങ്കാർ സ്വാമി സുരക്ഷിതമായ ദൂരത്തു മാറിനിന്നു. സ്വാമിയുടെ തൊട്ടു പുറകിലായി കർശനമായി സീനിയോറിറ്റി അനുസരിച്ച് സ്റ്റാഫ് അണിനിരന്നു.

കൗണ്ട് ഡൗൺ ആരംഭിച്ചു. 3.....2......1 വീര പാണ്ഡ്യകട്ടബൊമ്മൻ അലറിക്കൊണ്ടു വാതിൽ തള്ളിത്തുറന്ന് അകത്തേക്കു പാഞ്ഞു. എഴുത്തച്ഛനും ചാവേറ്റുപടയും കുറേക്കൂടി ഉച്ചത്തിൽ അലറിക്കൊണ്ടു തൊട്ടു പുറകെ.

എന്തും സംഭവിച്ചേക്കാം എന്ന ഭീതിയോടും ഉൽക്കണ്ഠയോടും അയ്യങ്കാർസ്വാമിയും സ്റ്റാഫ് ജനങ്ങളും തുടിക്കുന്ന ഹൃദയങ്ങളോടെ നോക്കി നിന്നു.

ജോർജ്ജ് പഞ്ചമൻ ചക്രവർത്തി തിരുമനസ്സിലെ ചിത്രത്തിനു മുകളിലായി കടന്നൽക്കൂടു തൂങ്ങിക്കിടന്നു.

പക്ഷേ, കടന്നലുകൾ അവയുടെ പാട്ടിനു പോയിക്കഴിഞ്ഞിരുന്നു!

വയസ്സൻ പഞ്ചമൻതിരുമനസ്സ്, ഭിത്തിയിൽ നിന്ന് ഒരു വിഡ്ഢിയെപ്പോലെ താഴോട്ടു നോക്കി.

നിനൈത്തതേ മുടിപ്പവൻ

ക്യാരം തിങ്ങും ക്യാരളനാട്ടിൽ വിദേശി ടൂറിസ്റ്റുകൾ എത്തുന്നതു കള്ളുകുടിക്കാനും പെൺവിഷയത്തിനും മറ്റുമല്ലെന്ന് നീരപോലും രുചിക്കാത്ത ഗാന്ധിയന്മാർ നമ്മെ നിരന്തരം ഓർമ്മിപ്പിച്ചുകൊണ്ടിരിക്കുന്നു.

നേരല്ല്യോ? അവർ വരുന്നതു പട്ടണം ഉദ്ഗ്രഥനവും അപഗ്രഥനവും കണ്ട് കൺകുളിർക്കാൻ, ശാങ്കര വേദാന്തം പഠിക്കാൻ, ശ്രേഷ്ഠഭാഷയുടെ ഉല്പത്തിയെക്കുറിച്ചുള്ള പോസ്റ്റ് - കാൾഡ് വെല്ലിയൻ സിദ്ധാന്തങ്ങൾ ആസ്ഥാന പണ്ഡിതന്മാരിൽനിന്നും മുഖദാവിൽ മനസ്സിലാക്കാൻ. ഇതറിഞ്ഞുകൂടാത്ത ശുംഭന്മാരോടെന്തു പറയാൻ? കുരങ്ങന്മാരെന്തറിഞ്ഞു വിഭോ?

ഒരു പഴയ കഥ ഓർമ്മവരുന്നു.

ടൂറിസം ഗുരുവായ മഹാജ്ഞാനിക്ക് ഒരു ദിവസം ഒരു ഉൾവിളി വന്നു.

(അചുംബിതങ്ങളും — അന്നു ചുംബനോത്സവങ്ങൾ നടപ്പിൽ വന്നിട്ടില്ല - അതി വിപ്ലവകരങ്ങളുമായ "ഔട്ട് ഒഫ് ദ ബോക്സ്" ആശയങ്ങൾകൊണ്ട് അദ്ദേഹം ജഗത്പ്രസിദ്ധനായിരുന്നു.)

ദിവസവും ലക്ഷക്കണക്കിന് ഭക്തജനങ്ങൾ (മാധ്യമശൈലിയിൽ) 'ഒഴുകി'യെത്തുന്ന ഗുരുവായൂർ ക്ഷേത്രത്തിന്റെ പടിഞ്ഞാറെനടയിൽ ഒരു ബിയർ-കം-വൈൻ പാർലർ തുറന്നാലെന്ത്?

പരാ പരാ പരാ പരമ പാഹിമാം!

പരമാനന്ദമെന്നതേ പറയാവൂ!

ആഫ്റ്ററാൾ, ഭക്തിയും ഒരുമാതിരി ലഹരിയാണല്ലോ!

ഉലഹം മുഴുവനും ചുറ്റിയിട്ടുള്ള വാലിബനും താലിബാനുമായ

അദ്ദേഹത്തിന് ടോക്കിയോയിലും പാരീസിലും സിംഗപ്പൂരിലും ഹോങ്കോങ്ങിലും ബാങ്കോക്കിലും സുർക്കിനോഫാസോയിലും മാച്ചുപിച്ചുവിലും ബാലിദ്വീപിലും ഒക്കെ നിന്നുപഠിച്ച വിലപ്പെട്ട ടൂറിസം പ്രൊമോഷൻ പാഠങ്ങൾ പ്രയോഗത്തിലെത്തിക്കാൻ തിടുക്കം. ടൂറിസവും വളരും, നികുതി വരുമാനവും വളരും. ടു ഇൻ വൺ. ഒരു വെടിക്കു രണ്ടുപക്ഷി.

ഗുരു ശിഷ്യഗണത്തിനോടാലോചിച്ചു.

വാദേ വാദേ ജായതേ തത്ത്വബോധഃ

ശിഷ്യന്മാർ (ശിഷ്യകളും) അത്ഭുതാദരങ്ങളോടെ പരസ്പരം നോക്കി. അടി കപ്യാരേ കൂട്ട മണി എന്നു പറഞ്ഞതുപോലെ, കൊടു കേന്ദ്ര സർക്കാരേ പദ്മഭൂഷണം എന്നു മനസ്സിൽ നിനച്ചു. ഓ അച്ഛാ ഓ എന്നു ശിഷ്യഗണം ഏകകണ്ഠമായി അംഗീകരിച്ചു.

വടക്കേ മലബാർ സർക്കീട്ടു കഴിഞ്ഞ് വിശന്നു വലഞ്ഞ് (അന്നു മുഖ്യമന്ത്രി കരുണാകരനുപോലും വാതാനുകൂൽ വണ്ടിയില്ല--ഇപ്പോഴോ? ഒതളങ്ങാ വികസന കോർപ്പറേഷൻ ചെയർമാനുവരെ എ സി ക്രിസ്റ്റാ ഇന്നോവ, 2018 മോഡലിൽക്കുറഞ്ഞ് ഒന്നും വേണ്ട!) പഴയ ഗുരുവായൂർ ഗസ്റ്റ് ഹൗസിനെ ശരണം പ്രാപിച്ച ചായ പാരായണനായ എന്നോട് ഉപപാചകൻ പോരുവഴിക്കാരൻ കേശവൻകുട്ടി പ്രാദേശികവാർത്തകൾ പറഞ്ഞ കൂട്ടത്തിൽ പ്രകടമായ ഖേദത്തോടെ പറഞ്ഞു:

"സാററിഞ്ഞോ? പടിഞ്ഞാറെ നടേൽ ബിയർ പാർലർ വരാൻ പോകുന്നെന്ന്. ഇനീം എന്തൊക്കെ വരാൻ പോകുന്നോ എന്തോ! ഭഗവാൻ തന്നെ കാക്കട്ടെ."

(കേശവൻകുട്ടി കടുത്ത ഗുരുവായൂർ ഭക്തനാണ്.)

ഞാൻ ഞെട്ടിപ്പോയി. ഗുരുവായൂർ പടിഞ്ഞാറെ നടയിൽ വിനോദസഞ്ചാര പ്രചരണാർത്ഥം വിദേശ മദ്യവിപണനം വരുന്നു. ശ്രേഷ്ഠഭാഷയിൽ, ഖള്ളുകച്ചോടം! (ഗുരുജി ശബരിമലയെക്കുറിച്ച് ചിന്തിക്കാഞ്ഞത് ഭാഗ്യം! അയ്യപ്പൻ രക്ഷപ്പെട്ടു!)

പാവം പട്ടേരിപ്പാട് പുളകിതഗാത്രനായി വർണ്ണിച്ച 'ഉത്തുംഗോല്ലാസിനാസം' ഇരുട്ടെവെളുക്കെ പൊത്തിക്കൊണ്ട് ദിവ്യ കൈശോരവേഷക്കാരൻ ശ്രീലകത്ത് ചുരുണ്ടുകൂടി ഇരിക്കേണ്ടിവരുമെന്നു ചുരുക്കം!

മനസ്സിനു വലിയ പ്രയാസം തോന്നി. രാത്രിയിൽ ഉറങ്ങിയില്ല.

നിദ്രാം ന ലേഭേ നിശി.

ആൾ ഇസ് ഫെയർ ഇൻ ലൗ ആൻഡ് വാർ- പ്രണയത്തിലും യുദ്ധത്തിലും എല്ലാംതന്നെ ന്യായമല്ലോ ആകുന്നു എന്നു സായിപ്പ് പറഞ്ഞിട്ടുണ്ട്. രണ്ടിനെയുംകുറിച്ച് അനുഭവജ്ഞാനമില്ലാത്തതിനാൽ വലിയ പിടിയില്ല. ടൂറിസവികസനത്തിലും എന്നുകൂടി ചേർക്കാമെന്നു, തോന്നി. അതെ, എന്തുമാവാം. ഗുരുവായൂർ നടയിൽ ശൗണ്ഡികവൃത്തിവരെ! (ഈയിടെ മാർക്കറ്റിങ് ഗുരുവായൂർ ആൻഡ് ശബരിമല' എന്ന് ഒരു ഹൈടെക് ടൂറിസം ഗുരു വച്ചു കാച്ചുന്നതു കേട്ടു. ഗുരുവായൂരി

നെയും ശബരിമലയെയും കച്ചോടമടിക്കുക! ശരണമയ്യപ്പാ!)

തിരുവോന്തരത്ത് എത്തിയപാടെ, ഗുരുവായൂർ ഭക്തനായ ലീഡറെ ചെന്നുകണ്ടു, അന്നു പ്രതിപക്ഷ നേതാവാണ്. അധികാരമേ ഇല്ലാതുള്ളു- ഉശിരിനും നെഞ്ഞൂക്കിനും കുറവൊന്നുമില്ല.

ആഫീസ് മുറിയിലുണ്ട്, സഹായി പരമേശ്വരൻ പറഞ്ഞു.

മുഖ്യമന്ത്രിയുടെ പ്രൈവറ്റ് സെക്രട്ടറി സഖാവിന്റെ മുമ്പിൽ ഒരു ഐ എ എസുകാരൻ 'എസ് കത്തി' പോലെ നില്ക്കുന്നതു കണ്ടിട്ടുണ്ടെന്ന് ഒരു മഹാജ്ഞാനി ഈയിടെ എഴുതിക്കണ്ടു. 'ഉപമാ കാളിദാസസ്യ'ക്കാരനായ, ഉപമാലങ്കാരത്തിന്റെ ഉസ്താദായ കാളിദാസ മഹാകവിയെപ്പോലും അസൂയാകലുഷിതനാക്കുന്ന ഉഗ്രൻ ഉപമ!

പ്രാംശുലഭ്യേ ഫലേ ലോഭാ-
ദുദ്ബാഹുരിവ വാമനഃ

ഉപമ അതിഗംഭീരം, ഉദാത്തം, സരസം, സാരഗർഭം, സാരമേയ സമാനം! അക്ഷരലക്ഷം കൊടുക്കണം

('എസ് കത്തി' ഓർമ്മയില്ലേ? പത്രശൈലിയിൽ കോളിളക്കം സൃഷ്ടിച്ച പോൾ ജോർജ് മുത്തൂറ്റ് വധക്കേസിൽ പ്രതി കാരി സതീശൻ ഉപയോഗിച്ച ബ്രഹ്മാസ്ത്രം. ഇംഗ്ലീഷ് ഭാഷയിലെ 'ട' എന്ന അക്ഷരത്തിന്റെ രൂപത്തിലുള്ള മാരകായുധം.)

ഉപമ കേട്ടിട്ട് പഴമനസ്സിൽ ഒരു സംശയം അവശേഷിക്കുന്നു. പ്രൈവറ്റ് സെക്രട്ടറി സഖാവിന്റെ മുമ്പിലല്ല, ഒടേതമ്പുരാന്റെ മുമ്പിലായാലും 'എസ് കത്തി' പോലെ വളഞ്ഞുപിരിഞ്ഞു തിരിഞ്ഞു കുനിഞ്ഞു നില്ക്കാനൊക്കുമോ സാറേ? ഹഠയോഗത്തിന്റെ പോസ്റ്റ് ഡോക്ടറൽ ലെവലിലെത്തിയവർക്ക് പോലും കഴിയുമെന്നു തോന്നുന്നില്ല. പിന്നെ ഈ ഉപമയുടെ സാരസ്യമെന്ത്? ഗംഭീരാശയനായ മഹാ ഗുരുവിനേ അറിയൂ!

ഏതായാലും, അറുപതു കിലോ മാത്രമേ ഭാരമുള്ളൂവെങ്കിലും അന്നും ഇന്നും എനിക്ക് "എസ് കത്തി" പോലെ നില്ക്കാനറിഞ്ഞുകൂടാ. (കരുണാകരൻ പ്രൈവറ്റ് സെക്രട്ടറി സഖാവിനെപ്പോലെ അന്തഃസ്സാരശൂന്യനല്ലായ്കയാൽ, അതു പ്രതീക്ഷിക്കുന്ന ആളുമല്ലായിരുന്നു) ലീഡർ സശ്രദ്ധം കഥ കേട്ടു. സ്വതേ വെളുത്തു തുടുത്ത മുഖം ചുവന്നു. ഗുരുവായൂർ തിരുനടയിൽ കള്ളുകച്ചവടമോ? എന്താ ഇത്! വന്നുവന്ന് എന്തു വിവരക്കേടും ആകാമെന്നോ? ഏഭ്യന്മാർ! സി പി കൈയോടെ ഒരു കത്തു തയ്യാറാക്കൂ, മന്ത്രിക്കുതന്നെ.

ഭാരതിച്ചേച്ചി പദാവലി കാലേ കാലേ തോന്നിച്ചു. - അരമണിക്കൂറിനകം കരടു തയ്യാറാക്കി സമർപ്പിച്ചു.

കത്തു വായിച്ച ലീഡർ പൊട്ടിത്തെറിച്ചു.

ഇംഗ്ലീഷ് എം എ ഒന്നാം ക്ലാസിൽ ഒന്നാമനായി ജയിച്ച ആൾ കോളേജിൽ പഠിച്ച ഇംഗ്ലീഷ് ഒക്കെ മറന്നുപോയോ?

ഞാൻ അമ്പരന്നു.

ലീഡർ ഈർഷ്യയോടെ തുടർന്നു.

എന്തു ഭാഷയാ ഇത്? കഞ്ഞിവെള്ളം പോലെ! ഇത്രേം പഞ്ചശീലം വേണോ? കടുത്ത ഭാഷയിൽ, മൂർച്ചയുള്ള ശൈലിയിൽ ഇതൊന്നു മാറിയെഴുതിക്കൊണ്ടുവരു. ഗുരുവായൂരമ്പലനടയിൽ, ആരായാലും വേണ്ടതില്ല, കള്ളുകച്ചവടം അനുവദിക്കില്ലെന്നു തറപ്പിച്ചുപറയണം:- മന്ത്രിയായാലും തന്ത്രിയായാലും!

'മേക്ക് ഓവർ' കഴിഞ്ഞ കത്ത് പത്തു മിനിറ്റിനകം തയ്യാറായി.

ലീഡർ കത്തു വായിച്ചു.

കടുപ്പം പോരാ. ഉം, തല്ക്കാലം ഇതു മതിയെന്നു വയ്ക്കാം.

യാത്ര വഴങ്ങി, സ്റ്റെനോഗ്രാഫർ മോഹൻദാസിനെ കടലാസ് ഏല്പിച്ച് ഞാൻ മടങ്ങി.

ഗുരുവായൂരപ്പന്റെ തട്ടകത്തെ നിർദ്ദിഷ്ട ബിയർ വൈൻ പാർലറിന്റെ കഥ പിന്നെ കേട്ടിട്ടില്ല.

ശ്രൂയതേ ന ച ദൃശ്യതേ!

ഒരു കവാവിൽ പിറക്കുന്നു

തിരുവനന്തപുരത്തെ എസ് എ ടി ആശുപത്രി വാർത്തകളിൽ നിറഞ്ഞുനില്ക്കുന്നു.

ടി ആശുപത്രിയിലെത്തുന്ന ആയിരക്കണക്കിനു രോഗികളും കൂട്ടിരിപ്പുകാരും സന്ദർശകരും മറ്റും അന്ധവിശ്വാസങ്ങൾക്കു വിധേയരായി, ആശുപത്രി പരിസരത്തുള്ള അമ്മയും കുഞ്ഞും പ്രതിമയ്ക്കു മുമ്പിൽ മെഴുകുതിരി, ചന്ദനത്തിരി, വിളക്ക് തുടങ്ങിയവ കത്തിച്ചുവച്ചു ഗുരുതരമായ സുരക്ഷാപ്രശ്നങ്ങൾ സൃഷ്ടിക്കരുതെന്ന് ആശുപത്രി അധികൃതരുടെ അപേക്ഷ.

അധികൃതർ എന്തു പറഞ്ഞാലും ശരി, ടി പ്രതിമയ്ക്കു മുമ്പിൽ (മുട്ടുകുത്തിയോ കുത്താതെയോ) പ്രാർത്ഥിച്ചാൽ സിസേറിയൻ കൂടാതെ സുഖപ്രസവം നടക്കുമത്രെ. (ധർമ്മാശുപത്രിയാണെങ്കിലും ഡാക്കിട്ടറമ്മയ്ക്കും മയക്കുഡാക്കിട്ടർക്കും നേഴ്സ്-വാർഡർ-പലവക അക്കച്ചിമാർക്കും കാണിക്കയിട്ടേ പറ്റു എന്നത് അലിഖിത നിയമമാകുന്നു - ബ്രിട്ടീഷ് ഭരണഘടനയെപ്പോലെ). തീർന്നില്ല. മിതവും, ന്യായവുമായ എല്ലാ ആഗ്രഹങ്ങളും നിറവേറ്റപ്പെടുമെന്ന് അനുഭവസ്ഥർ പറയുന്നു. കാരുണ്യാ ബമ്പർ ലോട്ടറി കിട്ടുക, ചൊവ്വാ-ശനി ദോഷക്കാർ പെൺകൊച്ചുങ്ങൾക്കു സമ്മന്തം നടക്കുക, അത്ഭുത രോഗശാന്തി, സർക്കാർ ക്വാട്ടായിൽ പ്രൊഫഷണൽ കോളേജുകളിൽ പിള്ളേർക്കു പ്രവേശനം. വിജിലൻസ് കേസ് തള്ളിപ്പോവുക. ഇൻകം ടാക്സുകാർ പീഡിപ്പിക്കാതിരിക്കുക ഇവയ്ക്കൊക്കെ ഉടനടി പരിഹാരം കിട്ടുമത്രെ. വില തുച്ഛം, ഗുണം മെച്ചം!

അതുകൊണ്ടുതന്നെ, ഉള്ളൂരെ പ്രമുഖ സാംസ്കാരിക പ്രവർത്തകനും യുവകവിയും യുവജന സംഘടനാ ലോക്കൽ കമ്മിറ്റി സെക്രട്ടറിയുമായ ഷിനോജ് കണ്ണമ്മൂല അദ്ധ്യക്ഷനായി ഇരുപത്തൊന്നു

പേരുടെ ഒരു ഭരണസമിതി രൂപംകൊണ്ടതു സ്വാഭാവികം മാത്രമാകുന്നു. ആദ്യനടപടിയായി, ഭക്തജനങ്ങളുടെ നിരന്തരമായ സമ്മർദ്ദത്തെത്തുടർന്ന്, ടി പ്രതിമയ്ക്കുമുമ്പിൽ ഉടനടി തേങ്ങാ അടിക്കൽ വഴിപാട് ആരംഭിക്കാൻ ഭരണസമിതി തീരുമാനിച്ചിരിക്കുന്നു. ചാണ്ടൂർക്കോണം അപ്പൂപ്പൻ ക്വാവിൽ തന്ത്രി സുബ്രായൻ പ്വാറ്റി പതിനൊന്നു നാളികേരം ഉടച്ച് അടുത്ത കറുത്തവാവിൻ നാളിൽ തേങ്ങാ ഉടയ്ക്കൽ വഴിപാട് ഉദ്ഘാടനം ചെയ്യുന്നതാണ്. ഭക്തജനങ്ങൾക്കുവേണ്ടി കതിനാവെടി വഴിപാട് (വലിയവെടി പത്തു രൂപ, ചെറിയ വെടി ഏഴു രൂപ – ജി എസ് ടി പ്രത്യേകം) ഉടൻ ആരംഭിക്കും. പ്രതിമയ്ക്കു മുമ്പിൽ കാണിക്ക മണ്ഡപം അടിയന്തരമായി സ്ഥാപിക്കുന്നതാണ്. "വിളിച്ചാൽ വിളി കേക്കിണ അമ്മച്ചീം പിള്ളേമാണ്. അറിയാമോ?" എന്നാണ് സ്ത്രീജനങ്ങൾ ഒന്നടങ്കം അനുഭവസാക്ഷ്യം പറയുന്നത്.

രണ്ടാംഘട്ടമായി എല്ലാ മലയാളമാസവും ഒന്നാം തീയതി കൊഴുക്കട്ട പൊങ്കാലയും സമൂഹസദ്യയും നടത്തുന്നതാകുന്നു. മീനമാസത്തിൽ തിരുവാതിരനാൾ പ്രതിഷ്ഠാദിനമാകയാൽ അന്നേദിവസം പ്രമുഖ സിനിമാ–സീരിയൽ നടീനടന്മാർ പങ്കെടുക്കുന്ന മെഗാ കോമഡിഷോ, മിമിക്സ് പരേഡ്, ഐറ്റം ഡാൻസ്, ആനയെഴുന്നള്ളത്ത് (കർക്കടക മാസ ചികിത്സ കഴിഞ്ഞ് സൂപ്പർ ഗജരാജൻ കഠിനംകുളം കമലാക്ഷൻ പങ്കെടുക്കുന്നതാണ്), കുടമാറ്റം, ദീപാലങ്കാരം, മത്സരക്കമ്പം (വെള്ളറട വേലു ആശാനും നാലാഞ്ചിറ നാണുവാശാനും ഏറ്റുമുട്ടുന്നു) തുടങ്ങിയ വമ്പിച്ച പരിപാടികൾ ഉണ്ടായിരിക്കുന്നതാണ്.

ഭക്തജനങ്ങളുടെ ഉദാരവും നിർല്ലോഭവും സജീവവും സക്രിയവുമായ പിന്തുണ അഭ്യർത്ഥിക്കുകയാണ്, അപേക്ഷിക്കുകയാണ്.

സർഗ്ഗസംവാദം

തലസ്ഥാനനഗരിയിൽ, അനന്തപത്മനാഭപ്പെരുമാളുടെ തട്ടകത്ത്, ഈയിടെ ചരിത്രം സൃഷ്ടിച്ച ഒരു സർഗ്ഗസംവാദം നടന്നു.

വെറുമൊരു സംവാദം എന്ന് ഒഴുക്കൻ മട്ടിൽ അങ്ങ് പറഞ്ഞാൽ പോരാ. അഭൂത പൂർവ്വം, ഐതിഹാസികം, വിപ്ലവകരം എന്നൊക്കെയുള്ള വിശേഷണങ്ങൾ ചേർത്തേ പറ്റൂ.

എവിടെയാണ് സംവാദം നടന്നതെന്നല്ലേ?

പറയാം. സർക്കാരാഫീസിൽ സർവ്വവ്യാപിയായ ശിപായിപ്പിള്ളയെ മുതൽ കോളേജ് പ്രൊഫസറെവരെ നിയമനത്തിന് തെരഞ്ഞെടുക്കുന്ന കേരള പബ്ലിക് സർവ്വീസ് കമ്മീഷന്റെ ആസ്ഥാനത്ത്.

ടി വി പരസ്യം പറയുന്നതുപോലെ, ജനകോടികളുടെ വിശ്വസ്ത സ്ഥാപനം. ലക്ഷക്കണക്കിന് തൊഴിലില്ലാത്ത ചെറുപ്പക്കാരുടെ ആശാ കേന്ദ്രം.

മഹാസഭയിൽ സാംസ്കാരികനായകന്മാരുണ്ട്, നിയമജ്ഞന്മാരുണ്ട്, സാഹിത്യമല്ലന്മാരുണ്ട്, നിരൂപക പ്രതിഭകളുണ്ട്, പണ്ഡിതാഖണ്ഡല ന്മാരുണ്ട്, രാഷ്ട്രീയ നേതാക്കന്മാരുണ്ട്, ദേശികോത്തമന്മാരുണ്ട്, വിശേ ഷിച്ച് മേൽവിലാസമൊന്നുമില്ലാത്തവരുമുണ്ട് ('പാറാവക്കീലന്മാരും പള്ളി ക്കൂടം വാദ്ധ്യാന്മാരും' എന്ന് ശൈലി വല്ലഭനായ മാണിസാർ പണ്ട് പറ ഞ്ഞതിൽനിന്നും മഹാസ്ഥാപനം ഏറെ പുരോഗമിച്ചിരിക്കുന്നുവെന്നർ ത്ഥം).

ഐ എ എസ്, ഐ എഫ് എസ്, എസ് ഐ പി എസ് തുടങ്ങി 24 കേന്ദ്രസർവ്വീസുകളിലേക്കും മറ്റനേകം സർവ്വീസുകളിലേക്കും ഉദ്യോഗാർ ത്ഥികളെ തെരഞ്ഞെടുക്കുന്ന യൂണിയൻ പബ്ലിക് സർവ്വീസ് കമ്മീഷ നിൽ ചെയർമാനുൾപ്പെടെ പത്തുപേരേ ഉള്ളു എന്നാണറിവ്. നമ്മുടെ

കമ്മീഷനിൽ അതിന്റെ, ഇരട്ടിയിലേറെ അംഗങ്ങൾ! അടുത്ത വികസനത്തിന് എണ്ണം നാല്പത്തൊന്നെങ്കിലും ആകുമെന്ന് പ്രതീക്ഷിക്കാം. കൂട്ടുകക്ഷി മര്യാദയും ധർമ്മവും അനുസരിക്കാതെ പറ്റില്ലല്ലോ!

പഴയ നാടകങ്ങളിൽ പറയുന്നതുപോലെ, പ്രകൃതം അനുസരിക്കാം. അതിനുമുമ്പ് ഒരു ബോധവല്ക്കരണം കൂടിയേ തീരൂ.

കമ്മീഷന്റെ അദ്ധ്യക്ഷൻ നിരന്തരം നമ്മെ അനുസ്മരിപ്പിക്കുന്നതുപോലെ, കമ്മീഷൻ ഒരു ഭരണഘടനാധിഷ്ഠിത സ്ഥാപനമാകുന്നു. (സംശയമുള്ള കോന്തന്മാർ ഭരണഘടന രണ്ടാമദ്ധ്യായം. 315-323 അനുച്ഛേദനങ്ങൾ വായിച്ചു പഠിക്കിൻ. സംശയാത്മാ വിനശ്യാതി എന്നോർത്തോണം! പറഞ്ഞില്ലെന്നു വേണ്ട)

അപ്പൊഴേ മാഷേ, ഈ ഭരണഘടനാ സ്ഥാപനം എന്നുവെച്ചാൽ എന്തോന്നാ!

എന്തുചെയ്താലും ഒരുശോദ്യവും ചോദിച്ചുപോകരുതെന്നർത്ഥം, മിണ്ടിപ്പോകരുത്. ആരോടും ഉത്തരവും വിശദീകരണവും നല്കാൻ ബാദ്ധ്യതയില്ല. സർവ്വതന്ത്രസ്വതന്ത്രം. അനന്തമജ്ഞാതമവർണ്ണനീയം. മാത്രമല്ല, ചോദ്യം ചോദിക്കാൻ ധൈര്യപ്പെടുന്ന ശുംഭന്മാർ ഗുരുതരമായ ഭരണഘടനാലംഘനത്തിന് സിവിലായും ക്രിമിനലായും ഉത്തരവാദികളാകും. ഖബർദാർ!

ഈ സമുന്നതസ്ഥാപനത്തിൽ ഗുരുതരമായ സാമ്പത്തിക പ്രതിസന്ധി വന്നുഭവിച്ചു. പഴയ “ഗണപതി പ്രാതൽ” തുള്ളലിൽ പറയുന്നതുപോലെ, കമ്മീഷൻ.

കണ്ടതശേഷവുമുണ്ടിട്ടും ബത!

കൊണ്ടാ കൊണ്ടാ എന്ന് വിളിച്ചു.

സ്വാഭാവികമായും മഹാ സ്ഥാപനത്തിലെ സാമ്പത്തിക ഇടപാടുകളെക്കുറിച്ച്, വിശേഷിച്ചും ഫിനാൻഷ്യൽ മിസ് മാനേജ്മെന്റിനെക്കുറിച്ച്, ധനവകുപ്പ് ഭരിക്കുന്ന അഡീഷണൽ ചീഫ് സെക്രട്ടറി ഡോ. കെ എം ഏബ്രഹാമിന് ന്യായമായ ചില സംശയങ്ങൾ തോന്നി. (ഏബ്രഹാമിനെ അറിയില്ലേ, പ്രസിദ്ധിയിൽ തീരെ വിമുഖനാണെങ്കിലും? പ്രശസ്ത അമേരിക്കൻ സർവ്വകലാശാലയിൽനിന്ന് കമ്പ്യൂട്ടർ സയൻസിൽ ഗവേഷണ ബിരുദം സമ്പാദിച്ച പ്രതിഭാശാലി. ധനകാര്യ മാനേജ്മെന്റിൽ രണ്ട് പതിറ്റാണ്ടായി തന്റെ അസൂയാവഹമായ പ്രാഗത്ഭ്യവും- പോരാ, അന്യാദൃശമായ തന്റേടവും- തെളിയിച്ച മിടുമിടുക്കൻ. “സെബി” (Securities and Exchange Board of India) അംഗമായിരിക്കെ, സുബ്രതോ റായ് എന്ന 36,000 കോടി രൂപയുടെ അഖിലകാല തട്ടിപ്പിന്റെ ഉസ്താദിനെ അവിശ്വസനീയമായ ധൈര്യത്തോടെ അഴിക്കകത്താക്കിയ മഹാബുദ്ധിമാൻ. അതിനെത്തുടർന്ന് നിരന്തരമായി വന്നുകൂടിയ ഭീഷണികളെയും പ്രലോഭനങ്ങളെയും “പോ മോനേ ദിനേശാ’ മട്ടിൽ ചിരിച്ചുതള്ളിയ ആദർശധീരൻ.

സർക്കാരിന്റെ, വിശേഷിച്ചു ധനമന്ത്രി മാണിസാറിന്റെ, അനുവാ

ദത്തോടും അനുഗ്രഹത്തോടുംതന്നെ, തീർത്തും സാധാരണവും ദശാബ്ദങ്ങൾ പഴക്കമുള്ളതും വ്യവസ്ഥാപിതവുമായ നടപടിക്രമമനുസരിച്ച്, ഏബ്രഹാം ധനവകുപ്പിന്റെ പരിശോധന വിഭാഗത്തിലെ ഒരു ചെറിയ ടീമിനെ കമ്മീഷനാഫീസിലേക്കയച്ചു. മറ്റൊന്നുമല്ല, ആറ്റിൽ കളഞ്ഞാലും അളന്നു കളയണമല്ലോ. ബജറ്റിൽ വകയിരുത്തിയ തുക ആറുമാസം തികയും മുൻപ് എങ്ങനെ തിന്നുതീർത്തു എന്ന് സർക്കാരറിയേണ്ടേ? അറിയാനവകാശമില്ലേ? വിശേഷിച്ചും സർക്കാർ അഭൂതപൂർവ്വമായ സാമ്പത്തിക പ്രതിസന്ധി നേരിടുന്ന ഈ ഘട്ടത്തിൽ?

പിന്നെന്തുണ്ടായി അത്യുഗ്രമായ ഒരു സ്ഫോടനം. ശാസ്ത്രജ്ഞന്മാർ പറയുന്ന 'The Big Bang' പോലെ എന്ന് കൂട്ടിക്കൊള്ളുക.

ഭരണഘടനാസ്ഥാപനത്തിലെ സാമ്പത്തികപ്പാളിച്ചകൾ (ക്രമക്കേടുകൾ എന്ന് പറയരുത്– ഭരണഘടനാലംഘനമാകും!) വിലയിരുത്താൻ ധനകാര്യവകുപ്പിലെ അലവലാതികൾ വരികയോ? ഉഗ്രമൂർത്തിയായ കൺട്രോളർ ആൻഡ് ആഡിറ്റർ ജനറൽപോലും അറച്ചറച്ചു കാൽകുത്തുന്ന പുണ്യഭൂമിയെ ധനവകുപ്പിലെ കൃമി കീടങ്ങൾ, കൂതറകൾ, ക്ണാപ്പന്മാർ, കിഴങ്ങന്മാർ, ഉണ്ണാമന്മാർ നിർവ്വിശങ്കം കടന്നുവന്നു മലിനമാക്കാനോ?

ഇരുപത്തൊന്ന് ഭരണഘടനാധിഷ്ഠിത കണ്ഠങ്ങളിൽനിന്നും 98.05 ഡെസിബലിൽ ഒന്നിച്ച്, അത്യുഗ്രമായ ഒരലർച്ച!

ഛായ്! ലജ്ജാവഹം! അഭൂതപൂർവ്വം! അവിശ്വസനീയം!

അട്ടഹാസം കേട്ടു മാധവരായർ ദിവാനും ആയില്യം മഹീപതിയും വില്യം ബാർട്ടൻ സായ്‌വും കൂടി പണികഴിപ്പിച്ച, 146 വയസ്സ് പ്രായമായ, പടുവൃദ്ധൻ സെക്രട്ടേറിയറ്റ് കെട്ടിടം കിടുങ്ങി. പലയിടങ്ങളിലും കുമ്മായം അടർന്നുവീണു. ധനവകുപ്പിന്റെ പഴയ സൗത്ത് ബ്ലോക്ക് വിറകൊണ്ടു.

റിക്റ്റർ സ്കെയിലിൽ 3.5 എന്ന് ജിയോളജി വിദഗ്ദ്ധർ ഗണിച്ചു പറഞ്ഞു. മാധവരായർ ദിവാനും വേലുത്തമ്പി ദളവായും അലർച്ചകേട്ട് ഞെട്ടിത്തരിച്ചു പരസ്പരം നോക്കി.

കിഴക്കേ കോട്ടയ്ക്കകത്തു മേത്തൻമണി അസാധാരണമായി, അസ്വസ്ഥമായി, വട്ടുപിടിച്ച ഒരു കിഴവൻ കപ്യാരെപ്പോലെ കൂട്ടമണി അടിച്ചു.

പത്മതീർത്ഥത്തിൽ

അലകൾ ഉയർന്നുപൊങ്ങി

അനന്തപദ്മനാഭപ്പെരുമാൾ യോഗനിദ്ര വിട്ടുണർന്നോ എന്ന് സംശയം

എന്നിട്ടോ?

പ്രമുഖ ദിനപത്രത്തിന്റെ പ്രത്യേക ലേഖകൻ എഴുതി;

“പി എസ് സി യോഗത്തിൽ അംഗങ്ങൾ തമ്മിൽ തെറിവിളിയും അശ്ലീലവർഷവും. കൈയാങ്കളിയുടെ വക്കത്തുവരെയെത്തി... വനിതാ അംഗങ്ങളുടെയും ഉദ്യോഗസ്ഥകളുടെയും സാന്നിദ്ധ്യത്തിൽ “നായേ...”

എന്ന് വിളിച്ചുകൊണ്ടാണ് പി എസ് സി അംഗങ്ങൾ പരസ്പരം ഏറ്റുമുട്ടിയത്. ഒരുഘട്ടത്തിൽ അടിവീഴും എന്ന തോന്നൽ വരെ ഉണ്ടായി... ഒരംഗം പച്ചത്തെറി വിളിക്കുകയായിരുന്നു. അതിരുവിട്ട അശ്ലീല പ്രയോഗങ്ങളിലേക്ക് കടന്നതോടെ എതിരാളിയും തെറിപ്രയോഗം തുടങ്ങി..... അങ്കക്കോഴികളെപ്പോലെ ഏറ്റുമുട്ടുന്ന അംഗങ്ങൾക്ക് മുമ്പിൽ ചെയർമാൻ നിശ്ശബ്ദനായി ഇരുന്നു."

അതെ, പരമസാത്ത്വികനായ അദ്ദേഹം ദാർശനികമായ നിസ്സംഗതയോടെ, സാർത്ര് പറയുന്ന അസ്തിത്വദുഃഖം സഹിച്ചുകൊണ്ട്, അശ്ലീല വർഷം ശ്രദ്ധിച്ചുകൊണ്ടിരുന്നു. (ചെവിക്കുവേദന കലശലായപ്പോൾ. ചെവി പൊത്തിപ്പിടിച്ചെന്നും, അശ്ലീലവർഷം പക്ഷേ, നിരങ്കുശമായി, നിരർഗ്ഗളമായി തുടർന്നു എന്നും പിന്നാമ്പുറക്കഥ)

ഭരണഘടനാധിഷ്ഠിത തെറിവിളി ഗുരുതരമായ ചില പ്രശ്നങ്ങൾ ഉയർത്തുന്നു.

1. "പച്ച"ത്തെറിയാണ് നിർല്ലോപം, നിർബ്ബാധം, നിശ്ശങ്കം പരസ്പരം വർഷിക്കപ്പെട്ടതെന്ന് പത്ര റിപ്പോർട്ട്. ആ "പച്ച" പ്രത്യേകം ശ്രദ്ധിക്കുക. ഇത് പച്ചക്കോട്ടിന്റെയും, പച്ചസാരിയുടെയും പച്ചബോർഡിന്റെയും കാലമാണെന്ന തികഞ്ഞ, കാലികമായ അവബോധത്തോടെയാവണം, ബഹു. അംഗങ്ങൾ തികഞ്ഞ ശ്രദ്ധയോടെ പരസ്പരം പച്ചത്തെറി മാത്രം പ്രയോഗിച്ചതെന്ന് അനുമാനിക്കേണ്ടിയിരിക്കുന്നു. (ആവേശത്തിനിടെ അറിയാതെ ചെമപ്പ് തെറിയോ കറുപ്പുതെറിയോ മറ്റോ വിളിച്ചുപോയാൽ ഭരണഘടനാ ലംഘനം വന്നുഭവിച്ചാലോ)

2. ഇംഗ്ലീഷ് ഭാഷയിൽ വിചിത്രമായ ഒരു നിഘണ്ടു കണ്ടിട്ടുണ്ട്. 'A Dictionary of Vulgar, Abusive and Obscene words" എന്നോ മറ്റോ ആണ് അതിന്റെ പേരെന്നു തോന്നുന്നു. അശ്ലീലപദങ്ങളുടെ (പച്ചയും പച്ചേതരവും), വിശേഷിച്ചും വാമൊഴി വഴക്കങ്ങളുടെ നിഘണ്ടു. ഇതുപോലെയൊന്ന് ശ്രേഷ്ഠഭാഷയ്ക്കും വേണ്ടേ? (ശ്രേഷ്ഠത്വ പ്രഖ്യാപനത്തിന് തൊട്ടുപുറകെ, നൂറു കോടി രൂപ ദൈവത്തിന്റെ സ്വന്തം നാട്ടിലേക്ക് ദാ വരുന്നു എന്നൊരു പ്രഖ്യാപനം, കുറേക്കാലം കേട്ടിരുന്നു. ഇത്തരമൊരു മഹത്തും ബൃഹത്തുമായ ഭാഷാസേവനത്തിന് കുറേ കോടികൾ വിനിയോഗിച്ചുകൂടേ? ചേർത്തല പൂരപ്പാട്ടും കൊടുങ്ങല്ലൂർ ഭരണിപ്പാട്ടും തൊട്ടുതുടങ്ങാമെന്ന് തോന്നുന്നു)

3. കേരള സർവ്വകലാശാല സിൻഡിക്കേറ്റ് യോഗങ്ങളിൽ അശ്ലീല വർഷവും ഗോഗ്വാവിളിയും കൈയാങ്കളിയും സാധാരണമെന്ന് മാധ്യമങ്ങൾ പറയുന്നു. മാൻപേടയോട് ഗിരികന്യകയഭ്യസിച്ചോ എന്ന് കവികുലഗുരു പണ്ട് ചോദിച്ചതുപോലെ, അവിടെ നിന്നാണോ നമ്മുടെ ഭരണഘടനാധിഷ്ഠിതന്മാർ പ്രചോദനം ഉൾക്കൊണ്ടതെന്ന് ഗവേഷണം നടത്തേണ്ടതാകുന്നു- വിശേഷിച്ചും സർവ്വകലാശാലാ മേധാവികളുടെ ഗവേഷണ പ്രബന്ധങ്ങൾ ഇന്നും സംശയത്തിന്റെ നിഴലിൽ നില്ക്കുമ്പോൾ. കോപ്പിയടിയാണെന്നും അല്ലെന്നും തർക്കം. പ്രബന്ധം തന്നെ കാണാനി

ല്ലെന്ന് തർക്കം. പഴയൊരു ഉപനിഷത്തിൽ പറയുന്നതുപോലെ–

'അസ്തീത്യേകേ, നായമ സ്തീതി ചാന്യേ'

ചിരിച്ചുതള്ളാൻ വരട്ടെ. ഇന്നത്തെ പി എസ് സി അംഗങ്ങൾ നാളെ സിൻഡിക്കേറ്റന്മാരും മറ്റന്നാൾ വി സിമാരും ആയിക്കൂടെന്നില്ല– ഡാർവിൻ സായ്‌വിന്റെ പരിണാമ സിദ്ധാന്തംപോലെ.

കാരണം, യു ജി സിയിലെ മൂത്തപിള്ളമാരും സുപ്രീംകോടതിയും എന്തുതന്നെ പറഞ്ഞാലും ശരി, കേരം തിങ്ങും: കേരളനാട്ടിൽ വി സി ആകാൻ യാതൊരു യോഗ്യതയും ആവശ്യമില്ല– രാഷ്ട്രീയത്തിനും, ആന വേട്ടയ്ക്കും, ഇരുതലമൂരി പിടിത്തത്തിനും, വാല്മാക്രി ശേഖരണത്തിനും, പാറപൊട്ടിക്കലിനും, മണലൂറ്റിനും, അശ്ലീല വീഡിയോ നിർമ്മാണത്തിനും നോട്ടിരട്ടിപ്പിക്കലിനും വേണ്ടാത്തതുപോലെ!

വെയ് രാജാ വെയ്! ആർക്കും വി സി ആകാം! കടന്നുവരൂ, കടന്നു വരൂ!

തീർന്നില്ല. വി സിമാർക്ക് മാത്രമല്ല യോഗ്യതയില്ലാത്തത്. വി സി മാരുടെ മേൽനോട്ടം വിചാരിക്കുന്ന ഉന്നത വിദ്യാഭ്യാസ കൗൺസിൽ എന്ന പണ്ഡിതസദസ്സിനും തഥൈവ!

എന്നുവെച്ചാൽ, പത്താം ക്ലാസും ഗുസ്തിയും ദഫ്മുട്ടും, ഒപ്പനയും മതിയെന്നർത്ഥം!

വെറുതെ അങ്ങ് പറയുന്നതല്ല. ഉന്നത വിദ്യാഭ്യാസത്തിന്റെ നിയന്ത്രണം കൈയാളുന്ന കേന്ദ്ര ഏജൻസിയായ രാഷ്ട്രീയ ഉച്ചതർ ശിക്ഷാ അഭിയാൻ (RUSA), കേരളത്തിനുള്ള 110 കോടി സഹായധനം പിടിച്ചു വച്ചിരിക്കുന്നു— യോഗ്യതയില്ലാത്ത പരിഷകൾക്ക് തരാനുള്ളതല്ല കേന്ദ്ര സഹായം എന്ന് വാദം.

ഒരു പരിദേവനം കേട്ടു. അയ്യോ! അപ്പം അറബി സർവ്വകലാശാല യ്ക്ക് കാശെവിടുന്നാ? ഐസക് സാർ ഈർഷ്യയോടെ പിറുപിറുത്തു:–

കൊള്ളപ്പലിശയ്ക്ക് ഏഴായിരത്തഞ്ഞൂറുകോടി രൂപ കടമെടുത്താ നിത്യച്ചെലവ് കഷ്ടിച്ച് നടത്തുന്നത്. അതിനിടയ്ക്കാ അറബീം ഒട്ടകോം!

കിരാതം

പെൻഷൻ മൊച്ചി വേലുപ്പിള്ളച്ചേട്ടൻ ചിന്താവിഷ്ടനായി മൊച്ചി എന്തോന്ന് എന്ന് 'ന്യൂജെൻ' വായനക്കാർ അമ്പരക്കുന്നുണ്ടാവും. മൊച്ചി പേർഷ്യൻ ഭാഷയിൽ നിന്നാണത്രെ ദൈവത്തിന്റെ സ്വന്തം നാട്ടിൽ കുടിയേറിയത്. സാക്ഷാൽ ആയത്തൊള്ളാ ഖൊമൈനിയുടെ രാജ്യത്തു നിന്ന്. ചെരുപ്പു കുത്തി എന്നർത്ഥം. പക്ഷേ, മലയാളത്തിലെത്തിയപ്പോൾ അർത്ഥം മാറി. നാം കേൾക്കുന്ന മൊച്ചി പഴയ തിരുവിതാംകൂർ സർക്കാരാഫീസുകളിൽ ചിരകാലം നിലനിന്ന ഒരു തസ്തികയാണ്. കേട്ടാൽ സ്ത്രീലിംഗമാണെന്നു തോന്നും. അല്ല എന്നു വസ്തുത. സാങ്കേതികമായി ആഫീസിൽ സ്റ്റേഷനറി സാധനങ്ങൾ വിതരണം ചെയ്യുക എന്നതാണ് മൊച്ചിയുടെ പണി. അതു സാർവ്വകാലികമല്ലാത്തതിനാൽ സാദാ ശിപായിപ്പണിയിലാണ് മൊച്ചി സാധാരണയായി നിയുക്തനാവുക. പാരമ്പര്യബോധവും ചരിത്രബോധവും കമ്മിയായ ഏതോ ശമ്പളക്കമ്മീഷന്റെ നിഷ്കരുണമായ ശുപാർശയുടെ അടിസ്ഥാനത്തിൽ സർക്കാർ മൊച്ചി തസ്തിക നിറുത്തിക്കളഞ്ഞു. ചരിത്രത്തിന്റെ ഭാഗമായി എന്നു നടപ്പുശൈലി.

അപ്പോൾ പറഞ്ഞുവന്നത്, മഹാകവിയുടെ പരിത്യക്തയായ സീതയെപ്പോലെ എക്സ് മൊച്ചി വേലുപ്പിള്ളച്ചേട്ടൻ ചിന്താവിഷ്ടനായ കാര്യമാണ്. വയസ്സ് വരുന്ന കർക്കിടകത്തിൽ തൊണ്ണൂറുതികയുന്നു. പത്രഭാഷയിൽ തൊണ്ണൂറിന്റെ നിറവിൽ എന്നൊക്കെ പറയാം. നവതി ആഘോഷമൊന്നുംവേണ്ടാ, പിള്ളേരെ എന്നു വിലക്കിയെങ്കിലും, ഉള്ളിന്റെയുള്ളിൽ, പ്രാദേശികതലത്തിലെങ്കിലും അതൊരു സംഭവമാകണമെന്ന വാർദ്ധക്യ സഹജമായ മോഹം ഇല്ലാതില്ല. എന്നുവെച്ചാൽ

ഉദ്ഘാടനം മന്ത്രി, എം എൽ എ, അദ്ധ്യക്ഷൻ. എം പി മുഖ്യ പ്രഭാഷണം, രണ്ടോ മൂന്നോ പലവക സാംസ്കാരിക നായകന്മാർ (ഏതു തലയ്ക്കും ചേരുന്ന തൊപ്പി!) പൊതു പ്രവർത്തകർ, ലോക്കൽ സാഹിത്യകാരന്മാർ ഇവരുടെ ആശംസാപ്രസംഗങ്ങൾ. പിന്നെ, സാമാന്യം പോലെ ഒരു കാപ്പീം പലാരോം.

ഭാഗ്യം! ഈ പരിപാടി തന്നെ സ്ഥലത്തെ പ്രധാന പിള്ളേരും ഇങ്ങോട്ടുപറഞ്ഞു. വേലുപ്പിള്ളയമ്മാവൻ ബദ്ധപ്പെടേണ്ട, ക്ഷണിക്കുകേം കാപ്പി അറേഞ്ചുചെയ്യുകേം ഒക്കെ ഞങ്ങളേറ്റു (ചെറിയതോതിൽ പ്രാദേശിക തലത്തിൽ ഒരു പിരിവ് നടത്താതെ വയ്യ. അതു വേലുപ്പിള്ളയമ്മാവൻ അറിയണ്ട. ഹല്ല, പിരിവില്ലാതെ എന്താഘോഷം? അതല്യോ നാട്ടുനടപ്പ്?) പിന്നെ 1111 രൂപയുടെ ഉമ്മന്നൂർ വേലുപ്പിള്ള നവതി സ്മാരക പുരസ്കാരം (ആദ്യത്തെ പുരസ്കാരം വേലന്റയ്യത്തെ ചെറുക്കന്, നമ്മുടെ യുവകവി പുരന്ദരൻ പുന്നമൂടിന്– തന്നെ കൊടുത്തുകളയാം. അല്യോ അമ്മാവാ?) പിന്നെ, പുരസ്കാര സാധാരണമായ പ്രശസ്തിപ്രതം, ശില്പം, പൊന്നാട, നമ്മുടെ ശ്രീമൂലരാജവിജയം മലയാളം എൽ പി സ്കൂളാകുമ്പോൾ ഹാളിനുവാടക കൊടുക്കാതെ കഴിക്കാം.

അതെ, സ്ഥലത്തെ പൗരമുഖ്യനും സമുദായസ്നേഹിയും ധനാഢ്യനും 'ആഞ്ഞിലിപ്രാ ഗാന്ധി' എന്നറിയപ്പെടുന്ന നാട്ടുകാരുടെ പ്രിയങ്കരനായ, മഹദ് വ്യക്തിയുമായ ഉമ്മന്നൂർ പി കെ വേലുപ്പിള്ള അവർകളുടെ നവതി ആഘോഷം. ആഞ്ഞിലിപ്രാ വളർത്തിയ, ആഞ്ഞിലിപ്രായെ വളർത്തിയ ജനനായകനായ, നമ്മുടെ ഒന്നടങ്കം കാരണവരായ ആഞ്ഞിലിപ്രായുടെ രോമാഞ്ചമായ, സുകൃതമായ വേലുപ്പിള്ളച്ചേട്ടൻ നവതിയിലേക്ക് കാലൂന്നുന്ന മഹനീയ മുഹൂർത്തം.

മതിയെടാ പിള്ളാരേ! ഇതൊക്കെ എന്നെക്കുറിച്ചുതന്നാണോ എന്നാ സംശയം! ധാരാളമായി!

പക്ഷേ, മനസ്സിൽ അശുഭശങ്ക തലയുയർത്തി. തനിക്കു വാർദ്ധക്യത്തിന്റെ രോഗങ്ങളൊന്നും കാര്യമായിട്ടില്ലെന്നുള്ളതു നേരു തന്നെ. രാവിലെ എട്ടുപത്ത് ഇഡ്ഡലി, അതല്ലെങ്കിൽ രണ്ടുകുറ്റി പുട്ടും ആറേഴു പാളയങ്കോടൻ പഴോം, ഉച്ചയ്ക്ക് ഇരുനാഴി അരിയുടെ ചോറും കൂട്ടാനും (വല്ല മീനിന്റെ പൊട്ടോ പൊടിയോ ഉണ്ടെങ്കിൽ ഇരുനാഴി ചെലപ്പം മൂന്നാഴി ആയെന്നിരിക്കും) ആക്ഷേപമില്ലാതെ തട്ടാം, ഒരേമ്പക്കം പോലും വിടാതെ. വൈകിട്ടു ചായേടെ കൂടെ പലാരം നിർബ്ബന്ധം. ഉണ്ണിയപ്പമോ ഉഴുന്നുവടയോ, വത്സനോ, കൊഴുക്കട്ടയോ, സുഖിയനോ, മോദകമോ ഏഴെട്ടെണ്ണം എന്തവാന്നുവെച്ചാൽ അത്, സരോജിനി (ശ്രീമതി വേലുപ്പിള്ള) അവടെ കൈകൊണ്ട് ഉണ്ടാക്കിത്തരുന്നതു ചൂടോടെ കഴിക്കും. നാഴിക്കിണ്ടിക്കു രണ്ടുകിണ്ടിചായ. ചൂടും കടുപ്പോം നിർബ്ബന്ധം. ഓഹോ, ശങ്കവേണ്ട, മധുരം ധാരാളം! ഷുഗറും പ്രഷറും ഏങ്ഹേ!

ഒറക്കോം സുഖം. അത്താഴം കഴിഞ്ഞു കേറിക്കിടന്നാൽ കോഴി കൂവുന്നതുവരെ മൂത്രശങ്കപോലുമില്ല. പരമാനന്ദസുഖം.

പക്ഷേ, ഇതൊക്കെയാണെങ്കിലും ഇടയ്ക്കിടയ്ക്ക് മനസ്സിന് ഒരു വല്ലായ്മ. ചില സംശയങ്ങൾ എന്നുവെച്ചോ. ചിലപ്പം നെഞ്ചുവല്ലാതെ ഇടിക്കുന്നുണ്ടോ? നടുവിന് ഒരു പിടുത്തം. വയറ്റിനു ചിലപ്പം ഒരേനക്കേട്. ഓർമ്മ കുറയുന്നോ എന്നു സംശയം. ആസകലാൽ അപ്പാടെ ഒരു അരുതായ്മ. തിരുവനന്തപുരത്തുപോയി ഒരു പരിശോധന നടത്തിക്കളയാം. നവതി ആഘോഷത്തിനുമുമ്പുതന്നെ. അതാ ഒരു ബുദ്ധി. ശുഭസ്യ ശീഘ്രം എന്നാണല്ലോ മഹാന്മാരു പറഞ്ഞിരിക്കുന്നത്. അനന്തിരവൻ ചെറുക്കൻ ലംബോധരൻ (ഹല്ല, എന്റെ മടീലിരുന്നു തൂറീം പെടുത്തുമല്യോ അവൻ വളർന്നത്) തിരുവനന്തപുരത്തുണ്ട്. ലംബോധരൻ പിള്ള എം കെ. പക്ഷിനിരീക്ഷണവകുപ്പുമന്ത്രീടെ അഡീഷണൽ പിയേ. ചെറുക്കനു പാർട്ടീലും നല്ല പിടിപ്പാണെന്നുവച്ചോ. അവൻ ഒന്നു വിളിച്ചു പറയുകേവേണ്ടു. മെഡിക്കൽ കോളേജിലെ ഏതുമണികെട്ടിയ ഡോക്ടറും തന്നെ പൊന്നുപോലെ നോക്കും. കാണിക്കയൊന്നും വേണ്ട.

പിന്നെ ഒട്ടും താമസിച്ചില്ല. വെളുപ്പിനു നാലുപത്തിനുള്ള മൂത്തകുന്നം സൂപ്പർഫാസ്റ്റിൽ പേരകത്തുമുക്കീന്നുകയറി, മണി ഏഴരയായപ്പം തലസ്ഥാനത്തെത്തി. കാളിദാസൻ പണ്ടു പറഞ്ഞതുപോലെ, യാത്ര സുഖമായി വാതാനുകൂലത്തോടെ അവസാനിച്ചു. ലംബോദരൻ മാതുൽജിയെ ഭയഭക്തി ബഹുമാനപൂർവ്വം എതിരേറ്റ് മൃഷ്ടാന്നമായി പ്രാതൽ ഭുജിപ്പിച്ച് ഓട്ടോയിൽ കയറ്റി മെഡിക്കൽ കോളേജാശുപത്രിയിലെത്തിച്ച് ഡോക്ടറുമായി മുഖാമുഖം ഇരുപത്തെട്ടര മിനിറ്റ് നീണ്ടുനിന്ന പരിശോധനകൾ ഇത്യാദി നിർവ്വഹിച്ച് ബ്രാഹ്മണാൾ കാപ്പി ശാപ്പാടു ഹോട്ടലിൽ നിന്നും തൈരും പായസവും സഹിതം സ്പെഷൽ ഊണു തരാക്കി, വൈകിട്ട് അഞ്ചിരുപതിനുള്ള ആലൂംപീടിക (ഓച്ചിറ via)യിൽ കയറ്റി, മുൻസീറ്റുകളിലൊന്നിൽ ഉപവിഷ്ടനാക്കി, പേരകത്തു മുക്കിൽ മറക്കാതെ ഇറക്കിവിടണമെന്നു കണ്ടക്ടറെ ബ്രീഫ് ചെയ്ത് അനുഗ്രഹാശിസ്സുകൾ ഏറ്റുവാങ്ങി മരുമക്കത്തായ പ്രകാരമുള്ള ചരിത്രപരമായ കടമ നിർവ്വഹിച്ച്, അമ്മാവനെ യാത്രയാക്കി.

യാത്രാമദ്ധ്യേ കഥാപുരുഷൻ ആലോചനയിൽ മുഴുകി. വിശേഷിച്ചു സോക്കേടൊന്നുമില്ല, മരുന്നൊന്നും കഴിക്കണ്ട എന്നു ഡോക്ടർ പറഞ്ഞെങ്കിലും ഓപ്പിടിക്കറ്റിൽ കുരുകുരാ ഏതാണ്ടൊക്കെ കുത്തിക്കുറിച്ചിട്ടുണ്ട്. വായിച്ചിട്ട് ഒന്നും മനസ്സിലാകുന്നില്ലെന്നു ലംബോധരൻ. തനിക്കാണെങ്കിൽ പഴയ മലയാളം ഏഴാം ക്ലാസാണെങ്കിലും ഇംഗ്ലീഷ് നാസ്തി. കിം കരോമി എന്നാലോചിച്ചപ്പോൾ പണ്ട് ആർക്കിമിഡീസ് സായിപ്പിനു തോന്നിയതുപോലെ ഒരു ഫ്ളാഷ്! എൽ പി സ്കൂൾ പെൻഷൻ മലയാളം മുൻഷി പുരുഷോത്തമക്കാരണവർ തന്റെ ഉറ്റ സുഹൃത്താണ്. പുരുഷുവിന്റെ മരുമോൾ കൊച്ച്, പ്രാഥമികാരോഗ്യ കേന്ദ്രത്തിലെ ഡോക്ടർ,

സുഹാസിനിക്കുഞ്ഞിനെ കുറിപ്പടി ഏതായാലും ഒന്നു കാണിച്ചുകളയാം. സംശയം വച്ചോണ്ടിരിക്കേണ്ട.

തിരക്കിട്ട ഒരു ദിവസത്തിനൊടുവിൽ വീട്ടിലെത്തി കുളിച്ചു ഫ്രഷ് ആയി ഡോ. സുഹാസിനി കാരണവർ റിലാക്സ് ആയി കസേരയിൽ ചാരിക്കിടന്ന് ഇഷ്ട സീരിയൽ കാണുകയായിരുന്നു. തുടർച്ചയായ ബെല്ലടി കേട്ട് ഡോക്ടറമ്മ സമസ്തചരാചരങ്ങളെയും ശപിച്ചുകൊണ്ട് എഴുന്നേറ്റു വാതിൽ തുറന്നു.

(സുഹാസിനി കുഞ്ഞിന്റെ കഠിനമായ ഈർഷ്യക്ക് കാരണമുണ്ട്. സീരിയൽ വില്ലൻ, വിമുക്തഭടൻകൂടിയായ കശ്മലൻ മധുസൂദനൻ തമ്പി, താൻ ലാളിച്ചുവരുന്ന തന്റെ പുത്രൻ യഥാർത്ഥത്തിൽ തന്റെ സന്തതി യല്ലെന്നും മറിച്ച്, തന്റെ പരമശത്രുവായ പഞ്ചായത്തുമെമ്പർ കുര്യാക്കോ സാകുന്നു ചെറുക്കന്റെ ബയോളജിക്കൽ ഫാദർ എന്നും ഡി എൻ എ പരിശോധനയൊന്നും കൂടാതെ വിശ്വസനീയമായ കേന്ദ്രങ്ങളിൽനിന്നും മനസ്സിലാക്കി, സംഹാരരുദ്രനായി പഴയ പട്ടാളസേവനത്തിന്റെ ബാക്കിപ്ര തമായ തോക്കുമായി വീട്ടിലേക്കു പാഞ്ഞുപോകുകയാണ്, വിശ്വാസവ ഞ്ചനയും പരപുരുഷഗമനവും നടത്തിയ പരമനീചനായ ഭാര്യയോടു പകരം വീട്ടാൻ. കഥ ക്ലൈമാക്സിനോടടുക്കുന്നു. എന്തും സംഭവിക്കാം)
"ഹല്ല, കുഞ്ഞു ടി വി പടം കാണുകാരുന്നോ?" വേലുപ്പിള്ള ഭായി അല്പം കുറ്റബോധത്തോടെ ചോദിച്ചു.

തീർത്തും അർത്ഥശൂന്യമായ ചോദ്യം. കുഞ്ഞിന്റെ ഈർഷ്യ ഇരട്ടിച്ചു, കടന്നൽകുത്തിയ മുഖവുമായി നിർദ്ദയമായ പ്രതിവചനം ''എന്തിനാ വന്നതെന്നുപറഞ്ഞാട്ടെ, മെനക്കെടുത്താതെ. എനിക്ക് തിരക്കുണ്ട്."

"അയ്യോ കുഞ്ഞേ, ഇപ്പോ തീർത്തേക്കാം. ദേണ്ടെ ഈ കടലാസ് ഒന്നു നോക്കിയാട്ടെ. എന്തവാ കുത്തിക്കുറിച്ചിരിക്കുന്നതെന്ന് ഒന്നു മനസ്സി ലാക്കിത്തരികയേ വേണ്ടു. തിരുവനന്തോരത്തെ വല്യ ഡാക്കറൂടെ കുറിപ്പടിയാ. ഡോക്ടർ ചേനത്തണ്ടൻ" ചേനത്തണ്ടനും രാജവെമ്പാലയും. പതഞ്ഞുവന്ന കോപമടക്കി ഡോക്ടർ കുറിപ്പ് വായിച്ചു. (മനസ്സിൽ അട്ടഹസിച്ചുകൊണ്ട് തോക്കുചൂണ്ടി, പ്രതികാരാഗ്നി ആളിക്കത്തി, പാഞ്ഞടുക്കുന്ന മധുസൂദനൻ തമ്പി. വിറച്ചുനില്ക്കുന്ന, പ്രാണഭയത്താൽ വിളറി വിയർത്ത ഭാര്യ വസുമതി. എന്റെ പാണ്ടവർകാവിലമ്മേ! കാലൻ വെടിപൊട്ടിക്കുമോ?)

ഉദ്വേഗം നിയന്ത്രിച്ച് മുടിഞ്ഞുപോകട്ടെ എന്ന് ശപിച്ചുകൊണ്ട് ഡോക്ടറമ്മ കുറിപ്പുവായിച്ചു. കിരാതമായി ചിരിച്ചു.

Mild to moderate impairment of the cognitive faculties with visible behavioral abnormalities.

"കാര്യമായിട്ടൊന്നുമില്ലല്ലോ, അല്ല്യോ കുഞ്ഞേ!" ശുഭപ്രതീക്ഷ യോടെ മൂപ്പിൽസ്. കുഞ്ഞു കൂടുതൽ കിരാതമായി ചിരിച്ചു. എന്നിട്ട്

ശബ്ദമുയർത്തി നിഷ്കരുണം പറഞ്ഞു. “വട്ട് വട്ടിന്റെ ആരംഭം! മനസ്സിലായോ.” ആഞ്ഞിലിപ്രാ ഗാന്ധിയുടെ പ്രതികരണം ഇതെഴുതുമ്പോൾ ലഭ്യമല്ല. കഥാപാത്രങ്ങൾക്ക് ജീവിച്ചിരിക്കുന്നവരോടുള്ള സാദൃശ്യം യാദൃച്ഛികമല്ല, മനഃപൂർവ്വം തന്നെയാണ്.

മന്ത്രിയുടെ വിലാപങ്ങൾ

നമ്മുടെ നാട്ടിൽ ക്ഷാമമില്ലാത്ത, നിരുപദ്രവമായ അനേകം കാര്യങ്ങളിലൊന്നാണ് ഉദ്ഘാടനങ്ങൾ. ടി ചടങ്ങിന് ഒരു മന്ത്രിയെ മുഖ്യ കഥാപാത്രമാക്കിയാൽ ലാഭങ്ങൾ അനവധി. ദരിദ്രവാസികൾ സാദാ സാംസ്കാരിക നായകന്മാർക്ക് വന്നുപോകാൻ വണ്ടി ഏർപ്പാടു ചെയ്തേ പറ്റു. മന്ത്രിയാണെങ്കിലോ? സ്വയമ്പൻ ബെൻസിലോ ടൊയോട്ടായിലോ ബി എം ഡബ്ല്യുവിലോ എസ്കോർട്ടും പൈലറ്റുമായി വായുവേഗത്തിൽ ഇരപ്പിച്ചുവന്ന് കാര്യം നടത്തി ശടേന്നു മടങ്ങിപ്പൊയ്ക്കൊള്ളും. ഭാഗ്യവശാൽ മിക്കവാറും പേർക്ക് ഷുഗറിന്റെ ഉപദ്രവമുള്ളതിനാൽ ചായയോ കാപ്പിയോ കടികളോ വേണ്ട. ഏറിയാൽ ഒരു നാരിയൽകാ പാനീ. ചുരുക്കം, പിരിച്ചെടുത്ത ഉദാരമായ സംഭാവനകളിൽ പത്തു പൈസ ചെലവില്ല. ഏറ്റവും വലിയ മെച്ചം ഇതൊന്നുമല്ല. അത്യന്താധുനിക മൂത്രപ്പുര രാഷ്ട്രത്തിനു സമർപ്പിക്കുന്നത് പഞ്ചായത്തു പ്രസിഡന്റ് ഉണ്ടപ്പാറ ലംബോധരൻ ആണെങ്കിൽ ഒരീച്ച പോലും തിരിഞ്ഞുനോക്കത്തില്ല. മന്ത്രിയാണെങ്കിലോ? ഹരോ ഹര? മാധ്യമപ്പിള്ളേർ (ദൃശ്യവും അച്ചടിയും) വണ്ടികൾ നിറച്ചു പൊലീസ് ജനമൈത്രി, ദ്രുതകർമ്മം, കരിമ്പൂച്ച, കമാൻഡോ, തണ്ടർബോൾട്ട്! ആളുകൂടാൻ വേറെ വല്ലതും വേണോ? (ഈ ബുദ്ധി ഇന്ന് "പാരവാഹികൾ' മിക്കവർക്കും അറിയാം!)

അതുകൊണ്ട്, അതെ, കുണ്ടയം വളർത്തിയ, കുണ്ടയത്തെ വളർത്തിയ, മണ്ണിനെ സ്നേഹിക്കുന്ന, മനുഷ്യനെ സ്നേഹിക്കുന്ന, ജനനായകൻ, കരുത്തനായ സാരഥി, കുണ്ടയത്തിന്റെ ഓമനപ്പുത്രൻ, ഇതാ കടന്നുവന്നുകൊണ്ടേയിരിക്കുന്നു! സന്ദർഭം ഏതായാലെന്ത്? വിഷയം എന്തായാലെന്ത്? ജനനായകൻ ഹാജർ!

ഒന്നോർത്താൽ മന്ത്രിമാരെ കുറ്റപ്പെടുത്തുന്നതിൽ അർത്ഥമില്ല.

ഭീതിയോ പ്രീതിയോ, സ്നേഹമോ വിദ്വേഷമോ കൂടാതെ അഞ്ചുകൊല്ലം മുച്ചൂപിടിച്ചു ജനസേവനം ചെയ്തുകൊള്ളാമെന്ന് ഭരണഘടനയെയും ഒടേ തമ്പുരാനേം തൊട്ടാ സത്യപ്രതിജ്ഞ ചെയ്തിരിക്കുന്നത്. പലർക്കും ഫയലുകളോട് കടുത്ത അലർജിയാണെന്നതു കാര്യം വേറെ. അതുകൊണ്ട് ഈ മാരണങ്ങളെ കൈകാര്യംചെയ്യാൻ പീയെസിനും ഏപ്പീയെസിനും നിർവ്വിശങ്കം വിട്ടുകൊടുക്കുന്നു. ഒപ്പിടേണ്ട സ്ഥലം ടിയാന്മാർ കാണിച്ചുതരുന്നു. അവിടെ ഗംഭീരമായി കൈയെഴുത്തു പോടുന്നു. അത്രതന്നെ. സത്യമേവ ജയതേ! ബഹുജനസുഖായ, ബഹുജനഹിതായ! ബുധനാഴ്ചക്കൂട്ടത്തിൽ പങ്കെടുക്കാൻ വെളുപ്പിനെ മാവേലീലോ അമൃതേലോ എത്തുന്നു. മന്ത്രിസഭായോഗത്തിൽ പഞ്ചനക്ഷത്ര ചായേം (വിത്തൗട്ടു തന്നെ) കട്ലറ്റും കശുവണ്ടീം കേക്കും ആഹരിക്കുന്നു. ചർച്ചകളിൽ (മാധ്യമൻ പിള്ളമാർ പറയുന്നതുപോലെ) സജീവമായി, സക്രിയമായി, സചേതനമായി പങ്കെടുക്കുന്നു. ആപ്പീസിലൊന്നു കേറുന്നു. വേണ്ടപ്പെട്ട ഫയലുകൾ വരുത്തി നോക്കുന്നു, തുല്യം ചാർത്തുന്നു. അത്യാവശ്യം സന്ദർശകരെ (എമ്മെല്ലേ, ജില്ലാ പഞ്ചായത്തന്മാർ, സാദാ പഞ്ചായത്തന്മാർ, ബൂത്തുകമ്മിറ്റികൾ, ബ്ലോക്കുകമ്മിറ്റികൾ, പ്രധാന ദിവ്യന്മാർ ഇത്യാദികൾ) എഴുന്നേറ്റുനിന്നുകൊണ്ട് സ്ഥിരം "എലക്ഷൻ ചിരി"യോടെ സ്വീകരിക്കുന്നു, നിവേദനം പാതികേട്ടും പാതി കേൾക്കാതെയും, ഒന്നേകാൽ മിനിറ്റുകൊണ്ട് യാത്രപറയുന്നു. (അപൂർവ്വം ചില ഭാഗ്യവാന്മാരെ ആന്റിറൂമിൽ വിളിച്ചുകയറ്റി കുശുകുശുക്കുന്നു). ഓടിപ്പിടിച്ചു രാത്രിയിൽ മാവേലിയിലോ ഏറനാട്ടിലോ കടത്തനാട്ടിലോ തുളുനാട്ടിലോ ഒക്കെത്തന്നെ മടങ്ങുന്നു. അതിനിടയ്ക്കു വേണം ജനസമ്പർക്കം, ഉദ്ഘാടനം, കല്ലിടീൽ, മരം നടൽ, പലവക ആഹ്വാനങ്ങൾ, ഉദ്ബോധനങ്ങൾ!

ഒരു മന്ത്രിയുടെ ശരാശരി ദിവസത്തെ പരിപാടി ഇങ്ങനെ:

1. യുവസാഹിത്യകാരൻ ഇലിപ്പക്കുളം ഭുവനന്റെ മെഗാ രാഷ്ട്രീയ നോവൽ *കോക്കാച്ചി* എം എൽ എ ക്കു നല്കി പ്രകാശനം.

2. പ്രവാസി മലയാളി കോയസ്സൻ ഹാജിയുടെ പഞ്ചനക്ഷത്ര ഹോട്ടൽ "സലാലാ പാരഡൈസ്" (ബാർ അറ്റാച്ച്ഡ്) ഉദ്ഘാടനം.

3. അത്യുല്പാദന എരുമകളുടെ കൃത്രിമ ഗർഭോല്പാദനം ശില്പശാല ഉദ്ഘാടനം (നെയ്യാർ ഡാം)

4. ഐവർകാലാ കുഞ്ചുപിള്ള വക്കീൽ ശതാഭിഷേകസ്മാരക ഹൈസ്കൂളിൽ എല്ലാ വിഷയങ്ങൾക്കും എ പ്ലസ് നേടിയ പിള്ളേർക്ക് പുരസ്കാരദാനം. അവിടെത്തന്നെ പഠനോപകരണ വിതരണം, ഉച്ചക്കഞ്ഞി ഉദ്ഘാടനം.

5. കുരമ്പാല പഞ്ചായത്തിൽ മുക്കാൽ നൂറ്റാണ്ടുകാലത്തെ ജനസേവന മഹായജ്ഞം പൂർത്തിയാക്കിയ രാഷ്ട്രീയ ഭീഷ്മാചാര്യൻ, കുരമ്പാലഗാന്ധി, കൊച്ചുകിട്ടൻ പിള്ളജിയുടെ നവതിയാഘോഷവും പൊന്നാട സമർപ്പണവും (അവിടെത്തന്നെ മഴക്കാലപൂർവ്വ ശുചീകരണം

ഉദ്ഘാടനം).

6. അത്യൂർജ്ജിത കോഴിവളർത്തൽ സെമിനാർ (കോവളം സമുദ്ര)

7. കുന്നത്തുകാൽ കളരിപ്പയറ്റാശാൻ കുരികേശുനാടാർ സ്മാരക ആധുനിക തിരുമ്മുവൈദ്യശാലയുടെ ശിലാസ്ഥാപനം.

8. ഉപജില്ലാപ്രതിഭ കുമാരി മുകുളികാ നായരുടെ നവീന തിരുവാതിരകളി അരങ്ങേറ്റം.

9. ഊരൂട്ടുകാലാ മൈനർ ഇണ്ടിളയപ്പൻ കോവിലിൽ തിരുവാതിര മഹോത്സവം; സാംസ്കാരികസമ്മേളനവും സമൂഹസദ്യയും ഉദ്ഘാടനം.

10. മഹാകവി ഉമ്മന്നൂർ വേലുപ്പിള്ളയുടെ ജന്മശതാബ്ദി ഉദ്ഘാടനവും, തെരഞ്ഞെടുത്ത ഉമ്മന്നൂർ കവിതകളുടെ സംഗീതാവിഷ്കരണത്തിന്റെ സി ഡി പ്രകാശനവും.

കായക്ലേശമെന്തെന്നറിയാത്ത മന്ത്രി, ഒരു ഒളിമ്പിക് താരത്തിന്റെ ഊർജ്ജസ്വലതയോടെ, പ്രസരിപ്പോടെ, വിശ്വവശ്യമായ ചിരിയോടെ, എല്ലാ വേദികളിലും തന്റെ ബെൻസിൽ പറന്നെത്തുന്നു, ഇളനീർ പാനം ചെയ്യുന്നു, പ്രഭാഷിക്കുന്നു, ഉദ്ഘാടിക്കുന്നു, അഭ്യർത്ഥിക്കുന്നു, അപേക്ഷിക്കുന്നു, ആഹ്വാനം ചെയ്യുന്നു, വിരൽ ചൂണ്ടുന്നു, അടിവരയിട്ടു പ്രസ്താവിക്കുന്നു. സകലകലാ വല്ലഭൻ!

അതെ, നാട്ടുനടപ്പ് അങ്ങനെയാണ്. 'ഫാഗവദം' എന്നുവിളിച്ചു ഭഗവാൻ വേദവ്യാസൻ രചിച്ച ഭാഗവത മഹാപുരാണത്തെ അപമാനിക്കുന്ന വീരൻ സപ്താഹവും നവാഹവും സത്രവും യജ്ഞവുമൊക്കെ ഉദ്ഘാടിക്കുന്നു. കേരള കാളിദാസനെ കേട്ടിട്ടുപോലുമില്ലാത്ത പഹയൻ അദ്ദേഹത്തിന്റെ ചരമശതാബ്ദിയിൽ മുഖ്യപ്രഭാഷണം നടത്തുന്നു. സപ്തസ്വരങ്ങളെന്തെല്ലാമെന്നറിയാത്ത വി ഐ പി സംഗീതോത്സവത്തിന്, കാരാഴ്മ അവകാശമെന്ന മട്ടിൽ, സ്ഥിരമായി വിളക്കുകൊളുത്തുന്നു. ചെങ്ങന്നൂർ രാമൻപിള്ള എന്ന മഹാനടനെ അനുസ്മരിക്കുന്നത് ആയുസ്സിൽ ഒരിക്കൽപ്പോലും കഥകളി കണ്ടിട്ടില്ലാത്ത മന്ത്രി. സ്മര്യപുരുഷൻ ആരായാലും വേണ്ടതില്ല, "അദ്ദേഹത്തിന്റെ മഹത്തായ മാതൃക പിന്തുടരുവിൻ" എന്ന് ആഹ്വാനിക്കുകയേ വേണ്ടു- രാഷ്ട്രപിതാവു മുതൽ പാരിപ്പള്ളി പപ്പുറൈറ്റർ വരെ, ആരുടെ തലയ്ക്കും ചേരുന്ന തൊപ്പി!

ചരമോപചാരശേഷം സഭ ചേർന്നാലെന്താ?

"തിരുവിതാംകൂർ നിയമസഭാംഗമായിരുന്ന ഐവർകാലാ കുഞ്ഞുപിള്ളയ്ക്ക് (107) ചരമോപചാരമർപ്പിച്ച്, മറ്റു നടപടികളിലേക്ക് കടക്കാതെ സഭ ഇന്നത്തേക്ക് പിരിഞ്ഞു."

ഇത്തരം പത്ര റിപ്പോർട്ടുകൾ ഇപ്പോൾ സാധാരണമാണല്ലോ. ഇവ വായിക്കുമ്പോഴൊക്കെ ഒട്ടേറെ സംശയങ്ങൾ പഴമനസ്സിൽ ഉയർന്നു വരുന്നു. സാമ്പ്രദായികതയുടെ, ഔപചാരികതയുടെ, പാരമ്പര്യത്തിന്റെ പിൻബലമല്ലാതെ, ഇന്ന് ഏറക്കുറെ അർത്ഥശൂന്യമായിരിക്കുന്ന ഈ ആചാരം തുടരുന്നതെന്തിന്?

(ഇവിടെ ഒരു വിശദീകരണം അത്യന്താപേക്ഷിതമാകുന്നു. പാരമ്പര്യ ബോധത്തിന്റെ പേരിലായാലും കേവലമായ സുജനമര്യാദയുടെ പേരിലായാലും അനുസ്മരണം തീർച്ചയായും വേണ്ടതാണ്, തർക്കമില്ല. അത് നിശ്ശേഷം ഉപേക്ഷിക്കണമെന്നല്ല പറഞ്ഞുവരുന്നത്. അതിനുശേഷമുള്ള അവധിയുടെ കാര്യത്തിലാണ്. ഇത് ഒഴിവാക്കാവുന്ന ഒരു പാഴ്ച്ചെലവാണെന്ന് തോന്നുന്നു)

ഐവർകാലാ ഗാന്ധിയുടെ ആവേശജനകമായ ജനസേവന ചരിത്രത്തിന്റെ വിശദാംശങ്ങളറിയാൻ നിയമസഭാദ്ധ്യക്ഷനുപോലും ആർക്കൈവ്സ് വകുപ്പിന്റെ സഹായം തേടേണ്ടിയിരിക്കുന്നു. പട്ടത്തിനെയും പനമ്പള്ളിയെയുംപോലും എന്നേ മറന്നുകഴിഞ്ഞ ജനം കുഞ്ഞുപിള്ളയദ്യത്തിനെ എമ്പണ്ടേ വിസ്മൃതിയുടെ തമോഗർത്തത്തിൽ തള്ളിക്കഴിഞ്ഞിരിക്കുന്നു. ആറാം തലമുറയ്ക്കുപോലും 'എമ്മെല്ലേ വല്യമ്മാവൻ' എന്നൊരു പുരാണകഥാപാത്രം പണ്ടെങ്ങോ ഉണ്ടായിരുന്നുവെന്നല്ലാതെ, ഇതിഹാസപുരുഷനെക്കുറിച്ച് യാതൊരു വിവരവുമില്ല, അറിയാനൊട്ടു താല്പര്യവുമില്ല. അന്നത്തെ നിയമസഭാ നടപടി ഫയലുകൾ ചുണ്ടെ

ലിക്കും ഇരട്ടവാലനും ചിതലിനും എന്നേ ലഞ്ചും ഡിന്നറുമായിക്കഴിഞ്ഞിരിക്കുന്നു. കസവു നേരിയതും കുപ്പായവും പാവുമുണ്ടും കോട്ടും തലപ്പാവും ചന്ദനക്കുറിയുമൊക്കെയായി ശ്രീമൂലം പ്രജാസഭയിലെത്തിയിരുന്ന ശ്രീ പി വി കുഞ്ചുപിള്ള അവർകൾ ഒരിക്കലെങ്കിലും സഭാതലത്തിൽ എഴുന്നേറ്റുനിന്ന് ഒരു മൊഴി പഞ്ഞിട്ടുണ്ടോ, അതിന് ദിവാൻജിയദ്ദ്യം എന്തു മറുപടി നല്കി ഇത്യാദി വിവരങ്ങൾ ലഭ്യമല്ല. അതിനുശേഷം കിള്ളിയാറ്റിൽക്കൂടിയും കരമനയാറ്റിൽക്കൂടിയും ധാരാളം വെള്ളം ഒഴുകിപ്പോയിരിക്കുന്നു.

ഇനി, ഐവർകാലാജിയുടെ വ്യക്തിജീവിതമോ? പുണ്യപുമാൻ എന്നു ഭൂജാതനായി, തന്തേം തള്ളേം (രണ്ടാമതു പറഞ്ഞ കക്ഷി കൂടാതെ കഴിയുകയില്ലല്ലോ) ആരായിരുന്നു, അദ്യത്തിനു വിദ്യാഭ്യാസം എന്തെങ്കിലും (ഡി പി ഇ പി എങ്കിലും) ഉണ്ടായിരുന്നോ, സമ്മന്തം എത്രയെണ്ണം കഴിച്ചു (മിനിമം രണ്ടെന്നായിരുന്നല്ലോ അന്നത്തെ നാട്ടുനടപ്പ്), നിയമവിധേയമായും അല്ലാതെയും എത്ര കുട്ടിസ്രാങ്കുകൾക്ക് അദ്ദേഹം ജന്മം നല്കി, എത്രപറ ഇരുപ്പൂനിലം എഴുതിച്ചു, ഒരു വെട്ടൊഴിവിന് എത്ര നാളികേരം വീഴുന്ന പുരയിടം എത്ര ഏക്കർ സമ്പാദിച്ചു, എത്ര ഏക്കർ പുതുവൽ പതിപ്പിച്ചെടുത്തു ഇത്യാദി വിവരങ്ങൾ *വിക്കിപ്പീഡിയാ*യിലോ വിക്ക് ഒട്ടും ഇല്ലാത്ത കൊട്ടാരത്തിൽ ശങ്കുണ്ണിയുടെ *ഐതിഹ്യമാല*യിലോ ഇല്ലതന്നെ. ആലങ്കാരിക ഭാഷയിൽ പറഞ്ഞാൽ, അദ്ദേഹം ഐവർകാലാക്കാർക്ക് ദീപ്തമായ, രോമാഞ്ചജനകമായ ഒരു ഭൂതകാലസ്മരണ മാത്രമാകുന്നു.

നമുക്ക് എമ്മെല്ലേ ക്വാർട്ടേഴ്സിൽ ഒന്നെത്തി നോക്കാം. ചരമോപചാരത്തിന് ശേഷം, നിയമസഭയിൽ നിന്നു തിരിച്ചെത്തിയ സാമാജികന്മാരുടെ തുടർനടപടികൾ എന്താവാം? ഐവർകാലായുടെ വീരപുത്രന്റെ അത്യുദാത്തമായ, അതിപ്രചോദകമായ, അഭിമാന വിജൃംഭകമായ, ത്യാഗോജ്ജ്വലമായ അപദാനങ്ങൾ സ്മരിച്ചു വിതുമ്പുന്ന ഹൃദയത്തോടെ, ഒഴുകുന്ന അശ്രുക്കളോടെ, രാം ധുൻ പാടിക്കൊണ്ട് ചരമോപചാരം പ്രമാണിച്ചു തുളസിയിലയിട്ട പച്ചവെള്ളം മാത്രം കുടിച്ച് ഉപവസിക്കുകയല്ല അവരാരും. നേരെ മറിച്ച്, പലപ്പോഴും, കുഞ്ഞുകുട്ടി പരാധീനങ്ങളുമായി നിയോജകമണ്ഡലത്തിൽനിന്ന് കിഴക്ക് വെള്ളകീറുമ്പോഴേ എമ്മെല്ലെയെ കാണാൻ തലസ്ഥാനത്ത് തീവണ്ടിയിലും ആനവണ്ടിയിലുമായി വന്നെത്തിയിട്ടുള്ള ജനത്തിനോട് (നടപ്പു ശൈലിയിൽ) സംവദിക്കാതെ വയ്യ, മിതവും ന്യായവുമായ പ്രാദേശികവും വ്യക്തിപരവുമായ ആവശ്യങ്ങളനുസരിച്ച് മന്ത്രിമാർക്ക് ശുപാർശക്കത്തുകൾ നല്കുക, ഉദ്യോഗസ്ഥന്മാരെ ഫോണിൽ വിളിക്കുക; സ്ഥലം എസ് ഐ, തഹശീൽ, പാർവത്യം, പഞ്ചായത്തു സെക്രട്ടറി, മണ്ഡലക്കമ്മിറ്റി സെക്രട്ടറി, മെഡിക്കലാഫീസർ ഇത്യാദി പരിഷകളുമായി ബന്ധം പുലർത്തുക, അതിനിടയ്ക്ക് പിറ്റേ ദിവസത്തേക്കുള്ള സബ്മിഷൻ, ശ്രദ്ധ ക്ഷണിക്കൽ (മന്ത്രിമാർക്ക് പൊതുവെ ശ്രദ്ധയില്ലെന്ന, ദുസ്സൂചന തല്ക്കാലം അവഗണിക്കാം),

അടിയന്തര പ്രമേയം, നിയമനിർമ്മാണം, സബ്ജക്റ്റ് കമ്മിറ്റി, മറ്റു പലവക കമ്മിറ്റികൾ, മേശപ്പുറത്തും മേശയ്ക്കു താഴെയും വയ്ക്കേണ്ട റിപ്പോർട്ടുകൾ ഇന്നങ്ങനെ നാനാമുഖമായ ജോലികളിൽ മുഴുകുക. അത്രാന്തരേ ആളും തരോം നോക്കി സന്ദർശകരിൽ ചിലർക്ക് ചായ (അതുതന്നെ കട്ടനും വിത്തിട്ടും) ചില തിമ്മയ്യാമാർക്കു ചായേം പലാരോം, വി ഐ പി മാർക്ക് ശാപ്പാട് തുടങ്ങിയ മിനിമം ആതിഥ്യമര്യാദകൾ നിർവ്വഹിക്കുക, അനിവാര്യമായും മാധ്യമൻ പിള്ളമാരുമായി ഇടപെടുക– പഴയ മുൻഷിമാർ പറയുമ്പോലെ ഈ കൃത്യാന്തര പാരതന്ത്ര്യങ്ങൾക്കിടയിൽ എന്ത് ഐവർകാലാ, എന്തു കുഞ്ചുപിള്ള, എന്തു ചരമോപചാരം?

നിയമസഭ ഒരുദിവസം സമ്മേളിക്കുന്നതിനു കാൽകോടി രൂപ ചെലവുവരുമെന്ന് ഒരിക്കൽ വായിച്ചതോർക്കുന്നു. അതുമാത്രമല്ല, കഴിഞ്ഞ എഴുപതു കൊല്ലത്തിനിടയ്ക്ക് സഭയുടെ അജണ്ട എത്രമാത്രം സങ്കീർണ്ണവും വിപുലവും ഭാരിച്ചതുമായി മാറിയിരിക്കുന്നു! മറിച്ച്, സഭ കൂടുന്ന ദിവസങ്ങൾ കുറഞ്ഞുവരുന്നുവെന്ന പരാതി ഉയരുന്നു. ആണ്ടിൽ ഇരുന്നൂറുദിവസം എന്ന നെഹ്റുവിന്റെയും ജി വി മവ്‌ലങ്കരുടെയും സ്വപ്നം എത്ര വിദൂരം!

ഈ പശ്ചാത്തലത്തിൽ ഭരണം ഏറക്കുറെ പൊള്ളയായ ഒരു മാമൂലായി മാറിയ ചരമോപചാരത്തിന്റെ സ്വഭാവം പുനഃപരിശോധിക്കേണ്ടത്. നിലവിലുള്ളതിനുപകരം, ലളിതവും അർത്ഥവത്തുമായ മറ്റൊരു നടപടിക്രമം സ്വീകരിച്ചുകൂടേ! നിയമസഭ നടപടികൾ ആരംഭിക്കുന്നതിനുമുമ്പ് അദ്ധ്യക്ഷൻ അന്തരിച്ച മുൻസാമാജികനെ ഹ്രസ്വമായി അനുസ്മരിക്കുന്നു. (ലഭ്യമാണെങ്കിൽ) അദ്ദേഹത്തിന്റെ അപദാനങ്ങൾ രണ്ടോമൂന്നോ വാക്യങ്ങളിൽ പരാമർശിക്കുന്നു. തുടർന്ന് സ്മര്യപുരുഷനോ (വനിതയോ)ടുള്ള ആദരസൂചകമായി സഭാംഗങ്ങൾ എഴുന്നേറ്റുനിന്ന് ഒരുമിനിറ്റ് മൗനമാചരിക്കുന്നു. കഴിഞ്ഞു ചടങ്ങ്. തുടർന്ന് സാധാരണപോലെ സഭാദ്ധ്യക്ഷൻ അന്നത്തേക്കുള്ള നടപടികളിലേക്ക് കടക്കുന്നു. എത്ര സരളമായ, ഹ്രസ്വമായ, യുക്തിസഹമായ, കാര്യമാത്ര പ്രസക്തമായ നടപടി! അതിന്റെ ഗൗരവത്തിനും അർത്ഥവത്തയ്ക്കും യാതൊരു ലോപവുമില്ലാതാനും.

നവീനവും, ധീരവും യുക്തിഭദ്രവുമായ പല മാറ്റങ്ങൾക്കും നാന്ദി കുറിച്ചിട്ടുള്ള നമ്മുടെ നിയമസഭാദ്ധ്യക്ഷൻ ഈ നിർദ്ദേശം പരിഗണിക്കണമെന്ന് സവിനയം അഭ്യർത്ഥിക്കുന്നു. മേയും ശക്ധറും കാളും സുഭാഷ് കാശ്യപും ഇതിന് തടസ്സമാകേണ്ടതില്ലല്ലോ.

പിൻകുറിപ്പ്

സംസ്ഥാന കോൺഗ്രസിനെ 'തലമൂത്ത' (തല മാത്രമേ മൂത്തിട്ടുള്ളു, ഉടൽ ഇപ്പോഴും ചെറുപ്പം തന്നെ, ഇനിയൊരങ്കത്തിനും ബാല്യമുണ്ട് എന്നു വ്യക്തമായ സൂചന) അല്ലേ, രാജ്യസഭാ നോമിനേഷനുകളല്ല്യോ

വരുന്നത്?) നേതാക്കന്മാരുടെ നേർക്ക് സമൂഹമാധ്യമവേദികൾ വഴി അധിക്ഷേപം ചൊരിയുന്ന 'സോപ്പുകുട്ടന്മാരെയും അമുൽ ബേബി കളെയും' ഒറ്റപ്പെടുത്തുമെന്നു കെ പി സി സി വർക്കിംഗ് പ്രസിഡണ്ട് കൊടിക്കുന്നിൽ സുരേഷ് എം പി താക്കീതു നല്കിയിരിക്കുന്നു.

കൊടിക്കുന്നിൽ ജി തികഞ്ഞ ശുദ്ധഗതിക്കാരൻ തന്നെ! കോൺഗ്ര സ്സിലെ ഏറ്റവും 'ഹൈ പ്രൊഫൈൽ' സോപ്പുകുട്ടനും അമുൽബേബിയും ശ്രീനിവാസന്റെ സിനിമയിലെ 'അയ്യോ അച്ഛാ പോകല്ലേ' ശൈലിയിൽ) മഹാസംഘടനയുടെ തലപ്പത്തു ഘനഗംഭീരനായി കടിച്ചുപിടിച്ചിരിക്കുന്ന പപ്പുവാശാനല്ലാതെ വേറെ ആര് കൊടിക്കുന്നിൽ ജി?

(കവികുല ഗുരുവിന്റെ ധന്യസ്മരണ നിറഞ്ഞുനില്ക്കുന്ന ഉജ്ജയി നിയിലെ മഹാകാളി ക്ഷേത്രത്തിൽ വച്ച് രണ്ടേ രണ്ടുമാസം മുമ്പു 'ഞാൻ ബ്രാഹ്മണനാകുന്നു' എന്ന് അമ്പരന്നുനില്ക്കുന്ന പുരുഷാരത്തോട് പ്രഖ്യാപിച്ച രാഹുൽജി, തിരഞ്ഞെടുപ്പിൽ തന്റെ കക്ഷിയോട്. തികഞ്ഞ നെറികേട് കാണിച്ചു. ഈശ്വരനോട് 'വഴിമാറെടാ മുണ്ടയ്ക്കൽ, ശേഖരാ! എന്നു ഗർജ്ജിച്ച്, പാർലമെന്റിൽ ഈശ്വരനാമം ഉപേക്ഷിച്ചു 'ദൃഢഃപ്രതിജ്ഞ'യെടുത്തിരിക്കുന്നു! നിരീശ്വരവാദിയായ ബ്രാഹ്മണൻ! അഭിപ്രായം ഇരുമ്പുലക്കയല്ല എന്നു പ്രഖ്യാപിച്ചത് അദ്ദേഹമല്ലല്ലോ!)

രാജ്ഭവനിലെ വെള്ളാന

മൂന്നാം ഊഴത്തിനിടയ്ക്ക് ഡൽഹിയിൽ വച്ചുനടന്ന മുഖ്യമന്ത്രിമാരുടെ ഒരു സമ്മേളനത്തിൽ മുഖ്യമന്ത്രി ഇ കെ നായനാർ തുറന്നടിച്ചു:

ഗവർണർമാർ ആവശ്യമില്ല. അവരെക്കൊണ്ട് സംസ്ഥാനങ്ങൾക്ക് ഒരു പ്രയോജനവുമില്ല.

(അരനൂറ്റാണ്ടുമുമ്പ് പാർലമെന്റിൽ പ്രതിപക്ഷ നേതാവായിരുന്ന മഹാനായ എ കെ ഗോപാലനും പ്രഖ്യാപിച്ചു;

ഗവർണർമാർ ആവശ്യമില്ല.

നായനാർ തുടർന്നു;

ഗവർണർമാരെ നിയമിച്ചേ തീരു എന്നുണ്ടെങ്കിൽ അതു മുഖ്യമന്ത്രിമാർ സമർപ്പിക്കുന്ന പാനലിൽ നിന്നാകണം. (ആ നിർദ്ദേശം കേന്ദ്ര-സംസ്ഥാന ബന്ധങ്ങളെക്കുറിച്ചു പഠിച്ച് റിപ്പോർട്ട് ചെയ്യുവാൻ നിയുക്തനായ ജസ്റ്റിസ് സർക്കാരിയാ അംഗീകരിച്ചു)

ഗവർണർമാർക്ക് വിവേചനാധികാരം നല്കരുതെന്ന് നായനാർ പറഞ്ഞു. ഭരണഘടനയുടെ 356-ാം അനുച്ഛേദം നീക്കം ചെയ്യണം. കാരണം തത്ത്വദീക്ഷയില്ലാതെ സംസ്ഥാന സർക്കാരുകളെ പിരിച്ചുവിടാൻ അത് കേന്ദ്രത്തിന് സൗകര്യം നല്കുന്നു. (356 ാം അനുച്ഛേദം പ്രയോഗിക്കുന്നതു സംബന്ധിച്ച് സർക്കാരിയാ കമ്മിഷൻ അനേകം നിർദ്ദേശങ്ങൾ കേന്ദ്രസർക്കാരിനു മുമ്പിൽ സമർപ്പിച്ചു. ഒന്നും സ്വീകരിക്കപ്പെട്ടില്ല.)

പൊതുഖജനാവിൽനിന്ന് കോടികൾ ചെലവഴിച്ച്, സാമ്രാജ്യത്വ വാഴ്ചക്കാലത്തെ ഗർഹണീയമായ ധൂർത്തിനെയും ആഡംബരത്തിനെയും സർവ്വോപരി ജനങ്ങളിൽനിന്ന് ബോധപൂർവ്വം അകറ്റിനിറുത്തുന്ന ഔപചാരികതയുടെ കന്മതിലിനെയും അനുസ്മരിപ്പിക്കുന്ന ഗവർണർ

പദവി തുടരേണ്ടതുണ്ടോ എന്നത് ഗൗരവപൂർണ്ണമായ ഒരു ചർച്ചയ്ക്ക് വിഷയമാക്കേണ്ടതുണ്ടെന്നു തോന്നുന്നു. കേരളത്തിലെ കാര്യമെടുക്കാം. ബി രാമകൃഷ്ണറാവു മുതലിങ്ങോളം, അമ്പത്തിനാലുകൊല്ലത്തിനിടയ്ക്ക് തിരുവനന്തപുരം രാജ്ഭവനിൽ 'വാണരുളിയ' എത്ര മഹാനുഭാവന്മാരെ ഇന്നു നാം ഓർക്കുന്നു? കാലഹരണം വന്ന, ശല്യക്കാരായ, സംസ്ഥാന രാഷ്ട്രീയത്തിൽ തീർത്തും അധികപ്പറ്റുകളായ ശിങ്കിടിമുങ്കന്മാരെ 'ഒതുക്കാ'നുള്ള ഒരു കനകസിംഹാസനമായിട്ടാണ് നെഹ്റുയുഗത്തിന്റെ അവസാനവർഷങ്ങളിൽപ്പോലും ഈ പദവി ഗണിക്കപ്പെട്ടിരുന്നത്. 'അധികാരമൊഴിഞ്ഞ ഒരു വനിതാ ഗവർണർ ഒരു പഴഞ്ചൻ ഫിയറ്റ് കാറിൽ ഒരു ഡസൻ അനുചരന്മാരുമായി, അന്നു പ്രതാപവാനായിരുന്ന മുഖ്യമന്ത്രി കരുണാകരനെ കാണാൻ ഡൽഹിയിലെ കേരളാ ഹൗസിന്റെ ഒരു മുറിയിൽ ഞെരുങ്ങിക്കൂടിയിരിക്കുന്നതു കണ്ടപ്പോൾ സഹതാപം തോന്നി. ഒരു 'ന്യൂയിസൻസ് വാല്യു'വിനപ്പുറം സംസ്ഥാന ഭരണത്തിന് സൃഷ്ടിപരമായ എന്തെങ്കിലും സംഭാവന ചെയ്യുക പോയിട്ട് സംസ്ഥാനത്തിന്റെ ജീവൽപ്രശ്നങ്ങൾ പഠിക്കാൻ പോലും മെനക്കെട്ടിട്ടുള്ള എത്ര ഗവർണർമാർ കേരളം ഭരിച്ചിട്ടുണ്ട്? ഭരണം കൂടുതൽ ജനാധിപത്യവല്കൃതമാകുംതോറും ഗവർണർ പദവി കാലപ്പൊരുത്തമില്ലാത്ത ഒരു വസ്തു (anachronism)-വായി മാറുന്നുവെന്നു പറയാതെ വയ്യ.

കോൺസ്റ്റിറ്റ്യുവന്റ് അസംബ്ലി ചർച്ചകൾ വായിച്ചാൽ ഗവർണർ പദവിയെക്കുറിച്ച് നമ്മുടെ ഭരണഘടനയുടെ ശില്പികൾക്കുണ്ടായിരുന്ന ഉദാത്തസങ്കല്പങ്ങളുടെ ഒരു ചിത്രം ലഭിക്കും. ഒരു യൂണിറ്ററിയൻ-ഫെഡറൽ സംവിധാനത്തിൽ സംസ്ഥാനഭരണത്തിൽ സജീവവും സക്രിയവുമായ പങ്കുവഹിക്കുന്ന ഒരു ഭരണഘടനാധിഷ്ഠിത ഏജൻസിയായാണ് നെഹ്റുവും രാജേന്ദ്രപ്രസാദും കെ എം മുൻഷിയും അല്ലാടി കൃഷ്ണസ്വാമി അയ്യരും സർവ്വോപരി മഹാനായ അംബേദ്കറും ഗവർണർ പദവിയെ കണ്ടത്. ജനാധിപത്യസങ്കല്പത്തോട് പരമാദരം പുലർത്തിയ ആ മഹാമനീഷികൾ, ഗവർണറെ ജനങ്ങൾ നേരിട്ടു തെരഞ്ഞെടുക്കണം, അതല്ലെങ്കിൽ നിയമസഭാംഗങ്ങൾ തെരഞ്ഞെടുക്കണം എന്നൊക്കെയുള്ള നിർദ്ദേശങ്ങൾ പോലും ഗൗരവപൂർവ്വം പരിഗണിച്ചു. നെഹ്റു എന്ന കറതീർന്ന ജനാധിപത്യവാദി, ഗവർണർ നിയമനം സംസ്ഥാന മുഖ്യമന്ത്രിമാരുമായി ചർച്ചചെയ്യണം എന്ന കീഴ്പ്പതിവ് സൃഷ്ടിക്കുകയും പാലിക്കുകയും ചെയ്തു. ഇന്ദിരാഗാന്ധി അധികാരമേറ്റപ്പോൾ ഈ നല്ല കീഴ്പ്പതിവ് അവസാനിച്ചു. 1967 ൽ കോൺഗ്രസ്സിതര സർക്കാരുകൾ ചില സംസ്ഥാനങ്ങളിൽ അധികാരത്തിൽവന്ന സാഹചര്യത്തിലായിരുന്നു ആരോഗ്യകരമായ ഈ കീഴ്വഴക്കം ഉപേക്ഷിക്കപ്പെട്ടത്. ഐ സി എസ് മേധാവിയായ ധർമ്മവീരയെ പശ്ചിമബംഗാളിലും ബി എൻ ചക്രവർത്തിയെ ഹരിയാനയിലും നിത്യാനന്ദ കനുംഗോയെ ബീഹാറിലും ഗവർണർ

മാരായി നിയമിച്ചത് അതത് സംസ്ഥാന മുഖ്യമന്ത്രിമാരുടെ ഹിതത്തിനെതിരായാണ്. ചില മുതിർന്ന മുഖ്യമന്ത്രിമാരെങ്കിലും അനഭിമതരായ ഗവർണർമാരുടെ കടന്നുകയറ്റത്തെ എതിർത്തു, അജയ്മുഖർജി എന്ന തന്റേടിയായ കാരണവർ ധർമ്മവീര എന്ന കരുത്തനെ ബഹിഷ്കരിച്ചത് ഉദാഹരണം.

നിസ്സങ്കോചം ദുരുപയോഗപ്പെടുത്തപ്പെട്ടിട്ടുള്ള ഒരു തത്ത്വമാണ് ഒരു ഗവർണർ അധികാരത്തിൽ തുടരുന്നത് രാഷ്ട്രപതിയുടെ ഹിതത്തിന് വിധേയമായിരിക്കണമെന്നത്. കേന്ദ്രത്തിൽ സർക്കാർ മാറുന്നതനുസരിച്ച് സംസ്ഥാന ഗവർണർമാരെ ഒഴിവാക്കുന്ന ഹീനമായ ഏർപ്പാടാരംഭിച്ചത് 1977 ൽ അധികാരത്തിൽ വന്ന, മൊറാർജി ദേശായി പ്രധാനമന്ത്രിയായ ജനതാ സർക്കാരാണ്. തുടർന്ന് കോൺഗ്രസ് ഉൾപ്പെടെ അധികാരത്തിൽ മാറിമാറിവന്ന എല്ലാ സർക്കാരുകളും ഈ തെറ്റായ കീഴ്‌വഴക്കം പിന്തുടർന്നു. ഒരു ചണ്ഡവാതം പോലെ 1980 ൽ അധികാരത്തിൽ തിരിച്ചെത്തിയ ഇന്ദിര യാതൊരു മനഃസ്സാക്ഷിക്കുത്തും കൂടാതെ തമിഴ്നാട്ടിൽനിന്ന് സ്വയം ചുട്ടെടുത്ത ചപ്പാത്തി മാത്രം തിന്നിരുന്ന പ്രഭുദാസ് പട്‌വാരി എന്ന പഴയ ഗാന്ധിയനെയും രാജസ്ഥാനിൽ നിന്ന് മറ്റൊരു കടുത്ത ഗാന്ധിയനായ രഘുകുൽ തിലകിനെയും കെട്ടുകെട്ടിച്ചു. രണ്ടും പടുകിഴവന്മാർ. 1982 ൽ അധികാരം വിട്ടൊഴിയാൻ മടിച്ച പശ്ചിമബംഗാളിലെ ടി എൻ സിങ്ങിനെതിരെ പിരിച്ചുവിടൽ ഭീഷണി ഉയർത്താൻപോലും ഇന്ദിര മടിച്ചില്ലെന്നതു ചരിത്രം. ഇതിനെക്കാൾ ദയനീയമായ സദാചാര ലോപമാണ് ഗവർണർമാരെ സ്ഥലംമാറ്റുന്ന ഏർപ്പാട്. ഭരണഘടനയിൽ ഇതിന് രാഷ്ട്രപതിക്ക് അധികാരം നല്കുന്ന വകുപ്പൊന്നുമില്ല. പക്ഷേ, സബ് രജിസ്ട്രാർമാരെയും ഡി ഇ ഒ മാരെയും തഹശീലുകളെയും സർക്കിളേമാന്മാരെയും മാറ്റുന്നതുപോലെ ഗവർണർമാരെ സ്ഥലംമാറ്റുന്ന പ്രാകൃതമായ ഏർപ്പാട് ഇന്ദിര നിർവ്വിശങ്കം നടപ്പാക്കി. ജി ഡി തപസേ എന്നയാളെ യു പി യിൽനിന്ന് ഹരിയാനയിലേക്ക് കെട്ടുകെട്ടിച്ചു. അവിടെനിന്ന് ജയസുഖലാൽ ഹാഥിയെന്ന പഴയ കാരണവരെ പഞ്ചാബിലേക്കോടിച്ചു.

ഭരണഘടനയുടെയും ഗവർണർപദവിയുടെയും അന്തസ്സിനും സ്വാതന്ത്ര്യത്തിനും മേലുള്ള കേന്ദ്രത്തിന്റെ ഈ കടന്നുകയറ്റം മാന്യതയുടെ സകല സീമകളും ലംഘിച്ചപ്പോഴാണ് ഇതിനെതിരെ ഏതാനും മാസങ്ങൾക്കുമുമ്പ് സുപ്രീംകോടതി കർക്കശമായ ഒരു നിർദ്ദേശം നല്കിയത്. ഒന്നാം മൻമോഹൻസിങ് സർക്കാർ അധികാരത്തിൽ വന്നപാടെ യു പി, ഹരിയാന, ഗുജറാത്ത് തുടങ്ങിയ സംസ്ഥാനങ്ങളിലെ ഗവർണർമാരെ മാറ്റിയതിനെതിരെ ഒരു ബി ജെ പി പാർലമെന്റംഗം ഫയൽ ചെയ്ത പൊതുതാല്പര്യ ഹർജിയിലായിരുന്നു ശ്രദ്ധേയമായ ഈ വിധി. ചീഫ് ജസ്റ്റിസ് ബാലകൃഷ്ണൻ, ജസ്റ്റിസുമാരായ കപാഡിയ,

രവീന്ദ്രൻ, സുദർശൻ റെഡ്ഡി, സദാശിവം എന്നിവരടങ്ങിയ അഞ്ചംഗ ഭരണഘടനാ ബഞ്ച്, കേന്ദ്രത്തിൽ സർക്കാർ മാറുന്നതനുസരിച്ച് തോന്നിയതുപോലെ ഗവർണർമാരെ മാറ്റാൻ പാടില്ലെന്ന് വിലക്കി. പെരുമാറ്റദൂഷ്യം, മറ്റു ക്രമക്കേടുകൾ തുടങ്ങി ഉന്നയിക്കപ്പെടുന്ന അനിവാര്യ സാഹചര്യങ്ങളിൽ മാത്രമേ ഗവർണമാരെ ഒഴിവാക്കാൻ പാടുള്ളൂ എന്ന് സുപ്രീംകോടതി കർശനമായി വ്യവസ്ഥ ചെയ്തു. രാഷ്ട്രപതിയുടെ ഹിതം എന്ന സിദ്ധാ ത്തം – (pleasure doctrine) അനുസരിച്ചാണ് ഗവർണർമാരെ നിയമിക്കുന്നതും അവർ അധികാരത്തിൽ തുടരുന്നതും എന്നത് ശരിയാണെങ്കിലും, കേന്ദ്രത്തിൽ അധികാരത്തിലിരിക്കുന്ന കക്ഷിയുടെ കാഴ്ചപ്പാടുമായി യോജിച്ചുപോകുന്നില്ലെന്ന കേവലമായ കാരണംകൊണ്ട് ഒരു ഗവർണറെ ഒഴിവാക്കുന്ന രീതി ആശാസ്യമല്ലെന്ന് കോടതി തറപ്പിച്ചുപറഞ്ഞു. ഭരണഘടനയുടെ 156(1) അനുച്ഛേദമനുസരിച്ച് ഗവർണർമാരെ പിരിച്ചുവിടാനുള്ള രാഷ്ട്രപതിയുടെ അധികാരം അനിയന്ത്രിതമോ അതിരില്ലാത്തതോ അല്ലെന്നും, ഗവർണർ കേന്ദ്രത്തിന്റെ ശമ്പളക്കാരനോ ഏജന്റോ അല്ലെന്നും കോടതി വിധിച്ചു.

ഭരണഘടനാവിദഗ്ദ്ധനും കേരള സർവ്വകലാശാലയുടെ പൊളിറ്റിക്സ് വിഭാഗത്തിന്റെ മുൻ അദ്ധ്യക്ഷനുമായ ഡോ. കെ. രാമൻപിള്ള ഗവർണർ പദവിയുടെ ക്രമാനുഗതമായ അധഃപതനത്തെ വിശദമായി ചിത്രീകരിച്ചിട്ടുണ്ട്. ഗവർണർമാരായി നിയമിക്കപ്പെട്ടവരെ അഞ്ചു വിഭാഗമായി അദ്ദേഹം വർഗ്ഗീകരിക്കുന്നു. പരിണതപ്രജ്ഞരായ, ഭരണകലയിൽ വിദഗ്ദ്ധരായ രാജ്യതന്ത്രജ്ഞന്മാരാണ് ഒന്നാമത്തെ വിഭാഗം. രാജാജി, സരോജിനി നായിഡു, കൈലാസനാഥ കട്ജു, കെ എം മുൻഷി, ശ്രീപ്രകാശ, എൻ വി ഗാഡ്ഗിൽ, അരുണാ അസഫലി തുടങ്ങിയ പ്രതിഭാധനർ ഉദാഹരണം. നെഹ്റുവിന്റെ സുവർണ്ണയുഗത്തിലായിരുന്നു ഇവരിൽ മിക്കവരും അധികാരത്തിലിരുന്നത്. വി പി മേനോൻ, ധർമ്മവീര, വി വിശ്വനാഥൻ, എൻ എൻ വാഞ്ചു, ബി കെ നെഹ്റു, എൽ പി സിംഗ്, ലക്ഷ്മീകാന്ത് ജാ മുതലായ പക്വമതികളായ ബ്യൂറോക്രാറ്റുകൾ രണ്ടാമത്തെ വിഭാഗം. വിവിധ മേഖലകളിൽ വ്യക്തിമുദ്ര പതിപ്പിച്ച ജനറൽ ശ്രീ നാഗേശ്, ഡോ. ജി എസ് പാഠക്ക്, ഡോ. എ എൻ ഖോസ്‌ലാ തുടങ്ങിയവർ മൂന്നാമത്തെ വിഭാഗം. (1997–2002 കാലഘട്ടത്തിൽ കേരള ഗവർണറായിരുന്ന ജസ്റ്റിസ് സുഖദേവ് സിങ് കാങ്ങിനെ ഈ വിഭാഗത്തിൽ ഉൾപ്പെടുത്താമെന്നു തോന്നുന്നു) ഇനിയുള്ള വിഭാഗങ്ങൾ ഈ പദവിയെ ജീർണ്ണത ബാധിച്ചുതുടങ്ങിയതിനുശേഷം അധികാരം കൈയാളിയ വാമനന്മാരാണ്. ഭീംസേൻ സച്ചാർ, ചെന്ന റെഡ്ഡി, ഹാഫിസ് മുഹമ്മദ് ഇബ്രാഹിം ആദിയായ മുൻ താപ്പാനകൾ നാലാമത്തെ വിഭാഗം. ഇതിലൊന്നും പെടാത്ത 'പലവക' വിഭാഗത്തിൽപ്പെടുന്നു കെ സി റെഡ്ഡി,

സർദാർ ഹുക്കും സിംഗ്, എം എം ചൗധുരി തുടങ്ങിയ 'നൂയിസൻസുകൾ.'

മഹാനിയമജ്ഞനായ, എം സി, സെതൽവാദ് അദ്ധ്യക്ഷനായ ആദ്യത്തെ ഭരണപരിഷ്കാര കമ്മിഷൻ നേരത്തെ സൂചിപ്പിച്ച അധഃപതനം ചൂണ്ടിക്കാണിച്ചിട്ടുണ്ട്, "ശരാശരിക്കാർക്കുള്ള, ജോലിയൊന്നുമില്ലാത്തതും ശമ്പളമുള്ളതുമായ ഒരു പദവിയോ അതല്ലെങ്കിൽ കത്തിത്തീർന്ന രാഷ്ട്രീയക്കാർക്കുള്ള ഒരു സമാശ്വാസ സമ്മാനമോ" (a sinecure for mediocrities or a consolation prize for burnt out politicians) ആയി അതിപ്രധാനമായ ഈ ഭരണഘടനാധിഷ്ഠിതമായ പദവി തരംതാണുപോയതിൽ അദ്ദേഹം ഖേദിക്കുന്നു. ഭരണകാര്യധുരന്ധരന്മാരായ ബ്യൂറോക്രാറ്റുകളിൽ ചിലരെങ്കിലും ജനാധിപത്യമര്യാദകളോടും രാഷ്ട്രീയത്തിലെ വിട്ടുവീഴ്ചകളോടും പൊരുത്തപ്പെടുന്നതിൽ പരാജയപ്പെട്ടതാണ് മറ്റൊരു അപചയം.

മുഖ്യമന്ത്രിമാരെ തിരഞ്ഞെടുക്കുന്ന വിഷയത്തിൽ അല്പവിഭവന്മാരായ പല ഗവർണർമാരും മൂക്കുകുത്തി വീണിട്ടുണ്ട്. സംശയാതീതമായ കേവല ഭൂരിപക്ഷം നേടിയ ഒരു കക്ഷിയുടെ നേതാവിനെ മന്ത്രിസഭ രൂപീകരിക്കാൻ ക്ഷണിക്കുന്നത് എളുപ്പമാണ്. കൂട്ടുകക്ഷികളുടെ കാര്യം വരുമ്പോഴാണ് പല ഗവർണർമാരും സമ്മർദ്ദങ്ങൾക്കു വഴിപ്പെട്ട് വിവേകത്തിന്റെയും നീതിയുടെയും പാത വെടിയുന്നത്. ഭരണസ്ഥിരത എന്ന പരമമായ ലക്ഷ്യം ഉറപ്പാക്കത്തക്കവിധത്തിൽ ഭദ്രവും കെട്ടുറപ്പുള്ളതും 'ആയാറാം ഗയാറാം' ലക്ഷണത്തിൽ നിന്ന് വിമുക്തവുമായ ഒരു കൂട്ടുകക്ഷിയെത്തന്നെ അധികാരമേല്പിക്കുന്നത് ബുദ്ധിശക്തിയും ഉൾക്കാഴ്ചയും ഏറെ വേണ്ട ഒരഭ്യാസമാണ്. പക്ഷേ, അജയ് മുഖർജിയുടെ കാര്യത്തിലും രാമകൃഷ്ണ ഹെഗ്ഡേയുടെ കാര്യത്തിലും അതതു ഗവർണർമാർ സ്വീകരിച്ചതുപോലെയുള്ള വിവേകപൂർണ്ണമായ തീരുമാനങ്ങൾ അത്യപൂർവ്വമാണ്.

നിയമസഭയിൽ ഭൂരിപക്ഷമുള്ള ഒരു സർക്കാരിനെ വ്യക്തമായ രാഷ്ട്രീയ പരിഗണനകളുടെ മാത്രം അടിസ്ഥാനത്തിൽ അധികാരഭ്രഷ്ടമാക്കത്തക്കവിധം ഭരണഘടനയുടെ 356-ാം അനുച്ഛേദം കേന്ദ്രത്തിന്റെ വിനീതവിധേയന്മാരായ ഗവർണർമാർ നഗ്നമായി ദുരുപയോഗം ചെയ്തതിന്റെ ഉദാഹരണങ്ങൾ അനവധിയാണ്. പെപ്സു (1953), കേരളം (1959), ഹരിയാന (1969, 1970), തമിഴ്നാട് (1976, കർണ്ണാടക (1977, പോണ്ടിച്ചേരി 1975) എന്നിങ്ങനെ ഈ അധികാര ദുർവിനിയോഗപരമ്പര നീളുന്നു. ("ഈ വ്യവസ്ഥ ഒരിക്കലും ഉപയോഗിക്കേണ്ടിവരില്ല" എന്നു പ്രതീക്ഷിച്ച അംബേദ്കറുടെ ആത്മാവ് എത്രമാത്രം വേദനിക്കുന്നുണ്ടാവും!) കർണ്ണാടകയിൽ 1989 ൽ എസ് ആർ ബൊമ്മെയുടെ സർക്കാരിനെ ഗവർണർ വെങ്കട സുബ്ബയ്യ പിരിച്ചുവിട്ട സംബന്ധിച്ച കേസ് സുപ്രീംകോടതിയുടെ ഐതിഹാസികമായ ഒരു വിധിക്ക് വഴിതെളിച്ചു. രാജ്ഭവനിൽ

നടന്ന പൊറാട്ടുനാടകം വിചിത്രമായിരുന്നു. ജനതാദളിലെ 19 എം എൽ എമാർ ബൊമ്മെയ്ക്കുള്ള പിന്തുണ പിൻവലിച്ചു എന്ന വാർത്ത വന്ന പാടെ ബൊമ്മെയ്ക്ക് ഭൂരിപക്ഷം തെളിയിക്കാൻ അവസരം നല്കാതെ ഗവർണർ മന്ത്രിസഭ പിരിച്ചുവിട്ടു. തൊട്ടുപിറകെ ഏഴ് എം എൽ എമാർ ഗവർണറുടെ പക്കലുള്ള കത്തുകൾ തങ്ങളുടേതല്ലെന്ന ആരോപണ വുമായി രംഗത്തെത്തി. ഒപ്പുകൾ വ്യാജമാണെന്ന് കണ്ടെത്തുകയും ചെയ്തു. പിരിച്ചുവിട്ടതിനെതിരെ ബൊമ്മെ സുപ്രീംകോടതിയിലെത്തി. ഒരു ഒമ്പതംഗ ഭരണഘടനാബഞ്ചിന്റെ വിധിന്യായത്തിലൂടെ രാജ്യത്തെ പരമോന്നത നീതിപീഠം ഈ കടുത്ത അധാർമ്മികത അവസാനിപ്പിച്ചു. വ്യക്തമായ മാർഗ്ഗനിർദ്ദേശകതത്ത്വങ്ങൾ നല്കി, കോടതി ചരിത്രം സൃഷ്ടിച്ചു. 2005 ലെ ഭൂട്ടാസിങ് കേസിലെ സുപ്രീംകോടതിവിധി ഈ നാണക്കേടിനെ നാടു കടത്തി, എന്നിട്ടും പഴയ പതിവ് ചില 'രാഷ്ട്രീയ' ഗവർണർമാർ തുടരുന്നതിന്റെ ദൃഷ്ടാന്തമാണ് കർണ്ണാടക ഗവർണർ ഹൻസ്‌രാജ് ഭരദ്വാജ് എന്ന വൃദ്ധൻ. സകല മാന്യതയും ജനാധിപത്യ മര്യാദകളും ഭരണഘടനാപരമായ സംയമനവും കാറ്റത്തു പറത്തി, കേന്ദ്രസർക്കാരിന്റെ കൈയയച്ചുള്ള അനുഗ്രഹാശിസ്സുകളുടെ പിൻബ ലത്തിൽ, പരസ്യമായിത്തന്നെ ഈ ഗവർണർ മുഖ്യമന്ത്രി യെദിയൂര പ്പയോട് രണ്ടു മന്ത്രിമാരുടെ പേരിൽ നിയമനടപടിയെടുക്കാനാവശ്യപ്പെട്ടു. മന്ത്രിസഭയുടെ ഉപദേശാനുസരണം മാത്രം (വളരെ അസാധാരണമായ സാഹചര്യങ്ങളിലൊഴികെ) പ്രവർത്തിക്കാൻ ബാദ്ധ്യസ്ഥനായ ഗവർ ണറുടെ കേട്ടുകേൾവിപോലുമില്ലാത്ത, അപഹാസ്യമായ ഈ നടപടി രാജ്യവ്യാപകമായ വിമർശനത്തിനിടയാക്കി (ഈ മഹാനുഭാവൻ ദീർഘ കാലം കേന്ദ്ര നിയമകാര്യമന്ത്രിയായിരുന്നത് വല്ലാത്ത വൈപരീത്യം തന്നെ!). 'Gubernatorial over reach" ഗവർണർ വക അതിസാഹസം – എന്നാണ് ദേശീയ ദിനപത്രമായ *ദ ഹിന്ദു* ഈ കൊള്ളരുതായ്മയെ വിശേഷിപ്പിച്ചത്.

ഇനിയുമുണ്ട് ഗവർണർമാരുടെ ലീലാവിലാസങ്ങൾ. മുഖ്യമന്ത്രിയെ പിരിച്ചുവിട്ട ഗവർണർക്ക് സ്വന്തം കസേര പോയ സംഭവങ്ങളുണ്ട്. ഏതാനും എം എൽ എ മാർ പിന്തുണ പിൻവലിച്ചതിനെത്തുടർന്ന് 1984 ലെ സ്വാത ന്ത്ര്യദിനത്തിൽ എൻ ടി രാമറാവു സർക്കാരിനെ ഗവർണർ രാംലാൽ പിരിച്ചുവിട്ടു. ധനമന്ത്രിയായിരുന്ന മുൻ കോൺഗ്രസുകാരൻ ഭാസ്കരറാ വുവിനെ പകരം മുഖ്യമന്ത്രിയായി പ്രഖ്യാപിക്കുകയും ചെയ്തു. എൻ ടി ആർ വിട്ടില്ല. തനിക്ക് ഭൂരിപക്ഷമുണ്ടെന്നു തെളിയിക്കാൻ 150 എം എൽ എമാരെ മിഴിച്ചുനിന്ന രാഷ്ട്രപതി സെയിൽസിങ്ങിനു മുമ്പിൽ അദ്ദേഹം അണിനിരത്തി. നിവൃത്തിയില്ലാതെ പ്രധാനമന്ത്രി ഇന്ദിരാഗാന്ധി രാം ലാൽ ഗവർണറെ പറഞ്ഞയച്ചിട്ട് പകരം ശങ്കർദയാൽ ശർമ്മയെ നിയമിച്ചു. ശർമ്മാജി ഭാസ്കരറാവുവിനെ പിരിച്ചുവിട്ട് എൻ ടി ആറിനെ

മുഖ്യമന്ത്രിയാക്കി – ഇതെല്ലാം ഒറ്റമാസത്തിനകം! എൻ ടി ആർ നിയമസഭ പിരിച്ചുവിട്ട് തിരഞ്ഞെടുപ്പുനടത്തി വമ്പിച്ച ഭൂരിപക്ഷത്തോടെ മുഖ്യമന്ത്രിപദത്തിൽ തിരിച്ചെത്തി, കോൺഗ്രസിനെ നാണംകെടുത്തി.

1994 ൽ ഗോവാ ഗവർണർ ഭാനുപ്രതാപ്സിങ്ങിനും കസേര പോയി. മുഖ്യമന്ത്രി വിൽഫ്രഡ് ഡിസൂസയുടെ മന്ത്രിസഭ പിരിച്ചുവിട്ട നടപടി കേന്ദ്രം അംഗീകരിച്ചില്ല. പകരം ഗവർണറെ വീട്ടിൽ പറഞ്ഞയച്ചു. 1998 ഫെബ്രുവരിയിൽ മുൻ വിദേശകാര്യ സെക്രട്ടറി രമേശ് ഭണ്ഡാരിക്കും അക്കിടി പറ്റി. യു പി മുഖ്യമന്ത്രി കല്യാൺസിങ്ങിനെ ഡിസ്മിസ് ചെയ്ത് പകരം ലോക് താന്ത്രിക് കോൺഗ്രസ് നേതാവ് ജഗദംബികാ പാലിനെ നിയമിച്ചു. എ ബി വാജ്പേയിയുടെ നേതൃത്വത്തിൽ ബി ജെ പി നേതാക്കൾ രാഷ്ട്രപതി കെ ആർ നാരായണന്റെ മുമ്പിൽ തങ്ങളുടെ എം എൽ എ മാരെ ഹാജരാക്കാൻ ഒരുക്കം തുടങ്ങി. ഒപ്പം കല്യാൺസിങ് സുപ്രീംകോടതിയെ സമീപിച്ചു. കോടതി ഭണ്ഡാരിജിയുടെ നടപടി അസാധുവാക്കി. കല്യാൺസിങ് വീണ്ടും മുഖ്യമന്ത്രിയായി. രാജ്ഭവനുകൾ വിട്ടൊഴിയാൻ ചില ഗവർണർമാരെങ്കിലും കാണിക്കുന്ന വൈമനസ്യം ദയനീയമാണ്. 1982 ഒക്ടോബറിൽ കേരള ഗവർണർ ജ്യോതി വെങ്കിടാചലം സ്ഥാനമൊഴിഞ്ഞുപോയി. റെയിൽവേ സ്റ്റേഷനിൽവച്ച് മുഖ്യമന്ത്രി കരുണാകരൻ ഹസ്തദാനം ചെയ്ത് യാത്രാമൊഴി ചൊല്ലവേ അവർ സർവ്വ നിയന്ത്രണങ്ങളുംവിട്ട് പൊട്ടിക്കരഞ്ഞു. ഏതാനും മാസത്തെ പ്രസിഡന്റ് ഭരണകാലത്തെ അവരുടെ പല തീരുമാനങ്ങളും വിവാദമായിരുന്നു. വിശേഷിച്ചും കോടിക്കണക്കിനുരൂപ വിലവരുന്ന കൊച്ചിരാജാവിന്റെ കിരീടവും സിംഹാസനവും മറ്റുചില പൈതൃക ഉരുപ്പടികളും പുരാവസ്തുവകുപ്പിലേക്ക് വിലയ്ക്കെടുക്കുന്നതിനെപ്പറ്റി അവരുടെ വളരെയടുത്ത ഒരു ബന്ധുവിനെ കേന്ദ്രീകരിച്ച് ഗുരുതരമായ ഒരപവാദം പൊട്ടിപ്പുറപ്പെട്ടിരുന്നു. അവരെപ്പോലെതന്നെ അവശനും ദുഃഖിതനുമായിട്ടാണ് പിന്നീട് ഗവർണറായി വന്ന കർണ്ണാടകക്കാരൻ റച്ചയ്യായും പടിയിറങ്ങിയത്. ഗവർണർപദവി നഷ്ടപ്പെട്ടാൽ ഭീമമായ ചികിത്സാച്ചെലവുകൾ സ്വയം വഹിക്കേണ്ടിവരുമെന്നതിനാൽ ശയ്യാവലംബിയായിട്ടുപോലും റച്ചയ്യാ അവധിയിൽ പ്രവേശിക്കാൻ കൂട്ടാക്കിയില്ല!

രാജ്യത്തെ ഏറ്റവും സമുന്നതമായ ഭരണ ഘടനാധിഷ്ഠിത പദവിപോലും മികവിനു പകരം യഥാർത്ഥ അധികാരകേന്ദ്രമായ വ്യക്തിയോടുള്ള കൂറിന്റെയും വിധേയത്വത്തിന്റെയും മുഖ്യ ഭരണകക്ഷിയുടെ പ്രീതിയുടെയും അടിസ്ഥാനത്തിൽ നികത്തപ്പെടുന്ന ഇക്കാലത്ത് ആ വ്യക്തിയുടെയും കക്ഷിയുടെയും ആജ്ഞയ്ക്കപ്പുറം ഒന്നുമല്ലാത്ത, ഒരു സാമന്ത പദവിപോലും യഥാർത്ഥത്തിൽ ഇല്ലാത്ത, ഗവർണർ എന്ന രണ്ടാംനിര രാഷ്ട്രീയനേതാവിനോ മുൻ ബ്യൂറോക്രാറ്റിനോ എന്തു മികവാണ്, വിശ്വാസ്യതയാണ് അവകാശപ്പെടാനുണ്ടാവുക? അടുത്തകാ

ലത്ത് അങ്ങേയറ്റം ലജ്ജാവഹമായ സാഹചര്യത്തിൽ ആന്ധ്രാപ്രദേശ് ഗവർണർ പദവി ഒഴിഞ്ഞുപോകേണ്ടിവന്ന നാരായൺ ദത്ത് തിവാരി എന്ന എൺപത്താറുകാരനായ ഗാന്ധിയൻ നേതാവ് ഈ അധഃപതനത്തിന്റെ പാതാളഗർത്തത്തെ സൂചിപ്പിക്കുന്നു. ശതാഭിഷിക്തനായ യു പി യിലെ ഈ പഴയ താപ്പാന, ഒന്നല്ല നാലു വാരനാരീമണികളുമായി 'മാര ക്രീഡാ മഹലഹള്'യ്ക്കു (രസിക ശിരോമണിയായ അഴീക്കോട് മാഷ് കേരളവർമ്മ വലിയകോയിത്തമ്പുരാന്റെ *മയൂരസന്ദേശ*ത്തിലെ അർത്ഥവത്തായ ഈ പ്രയോഗം തന്നെ തിരഞ്ഞെടുത്തു തിവാരിജിയുടെ 'നേരമ്പോക്ക്' വർണ്ണിക്കുവാൻ!) കണ്ടെത്തിയ വേദി രാജ്ഭവന്റെ ഗർഭഗൃഹമായിരുന്നു. (നാലു ഗണികാരത്നങ്ങൾ! ഹരോഹര! വയാഗ്രയോ അശ്വഗന്ധപ്രാശമോ കാമിനീ മദഭഞ്ജന വടകമോ രതിമോഹന സ്തംഭനഗുളികയോ മീ നകേതന മോഹന ലേഹ്യമോ ഏതാണ് ഗവർണർജി—പാവപ്പെട്ട നികുതിദായകന്റെ ചെലവിൽത്തന്നെ- "ശീലിച്ചിരുന്ന" തെന്നു ഗവേഷകർ പിള്ളേർ കണ്ടു പിടിക്കട്ടെ!) തിവാരി മാഹാത്മ്യംകഥ ഇതുകൊണ്ട് തീരുന്നില്ല. അടിയന്തരാവസ്ഥക്കാലത്തൊരിക്കൽ തലസ്ഥാനം സന്ദർശിച്ചപ്പോൾ ടിയാനെക്കുറിച്ച് ഏതോ രസികൻ ചമച്ച കവിത കേട്ടു;

മേ നാരായൺദത്ത്
തിവാരി ഹും,
ഇന്ദിരാ കാ സിപാഹി ഹും,
സഞ്ജയ് കാ സവാരി ഹും

ഇങ്ങനെ പോകുന്നു വീരഗാഥ. വിമാനത്താവളത്തിൽ ഊരിവീണ സഞ്ജയന്റെ ചെരിപ്പ് ഭക്തിപൂർവ്വം കൈയിലെടുത്ത് ആ ചെറുപ്പക്കാരന്റെ പിറകെ ഓടിയ മുഖ്യമന്ത്രി തിവാരിയുടെ കഥ സെൻസർഷിപ്പിനെ അതിജീവിച്ചു പുറത്തുവന്നു. ഈയിടെ ഒരു പിതൃത്വകേസിലും തിവാരി നായകനായി. താൻ തിവാരിയുടെ പുത്രനാണെന്നവകാശപ്പെട്ട് ഒരു ശേഖർ കേസുകൊടുത്തു. തിവാരിജി പിതൃത്വം നിഷേധിച്ചു. അപ്പീലും മറ്റുമായി കേസ് ഹൈക്കോടതിയിലെത്തി. തിവാരിജി ചലമ്പാതെ ഒരു ഡി എൻ എ ടെസ്റ്റിന് വിധേയനാകണമെന്ന് ഹൈക്കോടതി വിധിച്ചു. വിധി സുപ്രീംകോടതി ശരി വച്ചു. ശേഷം കാത്തിരുന്നു കാണുക! ഓണത്തിനും ക്രിസ്മസിനും പെരുനാളുകൾക്കും പ്രജകൾക്ക് ആശംസകൾ നേരാൻ (പ്രസ് സെക്രട്ടറിയോടു ചോദിച്ച് ഓണവും വിഷുവും ഒക്കെ എന്താണെന്നു മനസ്സിലാക്കാൻ എത്ര രാജ്യപാലകർ മെനക്കെട്ടിട്ടുണ്ടെന്നത് ചിന്തനീയമാണ്), നാട മുറിച്ചും വിളക്കുകത്തിച്ചും ഉദ്ഘാടനം നടത്താൻ, മന്ത്രിസഭ തയ്യാറാക്കിക്കൊടുക്കുന്ന നയ പ്രഖ്യാപന പ്രസംഗം മുക്കിമൂളി വായിക്കാൻ, സ്വാതന്ത്ര്യപ്രാപ്തിക്കുശേഷം അറുപത്തിനാലാം കൊല്ലത്തിലും കോടികളുടെ ചെലവിൽ ഒരു തുക്കടാ രാഷ്ട്രീയനേതാവിനെ യഥാർത്ഥത്തിൽ നമുക്ക് ആവശ്യമുണ്ടോ? രാജ്ഭവ

നുകളിലെ ചെലവിനങ്ങൾ കൺട്രോളർ ആൻഡ് ആഡിറ്റർ ജനറലിന്റെ ആഡിറ്റിന് വിധേയമല്ലാത്ത അപൂർവ്വം ചെലവിനങ്ങളിൽപ്പെടുന്നു. സാമാന്യമായ ധാർമ്മികതയ്ക്കും ഔചിത്യത്തിനുമപ്പുറം അവയ്ക്ക് യാതൊരു നിയന്ത്രണവുമില്ലെന്നർത്ഥം - നിയമസഭയുടെ നിയന്ത്രണം പോലും.. രാജ്ഭവനുകളിലെ ധൂർത്തിന്റെ ഭാഗമായി വാങ്ങിച്ചുകൂട്ടുന്ന ആഡംബരസാമഗ്രികളെപ്പറ്റി ഒരു മുൻ അക്കൗണ്ടന്റ് ജനറൽ ഒരിക്കൽ എന്നോടു പറഞ്ഞതോർമ്മ വരുന്നു. കൊടിയ അഴിമതിയുടെ പര്യായങ്ങളായ ചില രാജ്ഭവൻ ഉദ്യോഗസ്ഥന്മാരാണ് പലപ്പോഴും ഈ ധൂർത്തിനു പിറകിൽ. രാഷ്ട്രപതിയായി സത്യപ്രതിജ്ഞ ചെയ്തയുടൻ അന്നത്തെ ശമ്പളമായ പതിനായിരം രൂപയുടെ 75 ശതമാനം ഉപേക്ഷിച്ച്, 2500 രൂപ കൊണ്ട് സുഭിക്ഷമായി ചെലവു നടത്തിയ രാധാകൃഷ്ണൻ എന്നൊരു രാഷ്ട്രപതി നമുക്കുണ്ടായിരുന്നു. മഹാദാർശനികനായ അദ്ദേഹം "കൗപീനവന്തഃഖലു ഭാഗ്യവന്തഃ" (ഒരു കൗപീനം മാത്രം സ്വന്തമായുള്ളവനാണ് ഏറ്റവും ഭാഗ്യവാൻ) എന്നു പ്രഖ്യാപിച്ച, അപരിഗ്രഹത്തിന്റെ പരമാചാര്യനായ, ശ്രീശങ്കരന്റെ ശിഷ്യനായിരുന്നല്ലോ!

പബ്ലിസിറ്റി – അതല്ലേ എല്ലാം?

ഈയിടെ മദ്രാസ് ഹൈക്കോടതി ശ്രദ്ധേയമായ ഒരു വിധി പ്രസ്താവിച്ചു. കോടതിവിധികൾ റിപ്പോർട്ട് ചെയ്യുമ്പോൾ ജഡ്ജിമാരുടെയോ അഭിഭാഷകരുടെയോ പേരുകൾ പ്രസിദ്ധീകരിക്കേണ്ടതില്ലെന്നാണ് ജസ്റ്റിസ് രാമമോഹനറാവുവും ജസ്റ്റിസ് സുന്ദറുമടങ്ങിയ ഡിവിഷൻ ബഞ്ച് നിർദ്ദേശിച്ചത്. ജഡ്ജിമാരും അഭിഭാഷകരും അവരുടെ ചുമതല നിർവ്വഹിക്കുക മാത്രമാണ് ചെയ്യുന്നത്. അനിവാര്യഘട്ടങ്ങളിലൊഴികെ അവരുടെ പേരുകൾ പ്രസിദ്ധീകരിക്കേണ്ടതില്ല. അഭിഭാഷകരുടെ പേർ പ്രസിദ്ധീകരിക്കുന്നത് അവരുടെ തൊഴിൽപരമായ വൈദഗ്ദ്ധ്യത്തിന് പരസ്യം നല്കുന്നതുപോലെയാണ്. മാധ്യമങ്ങൾക്ക് ഇക്കാര്യത്തിൽ അടിയന്തര നിർദ്ദേശങ്ങൾ നല്കാൻ ഹൈക്കോടതി ഉത്തരവായി. കുറേക്കാലമായി പഴമനസ്സിൽ തോന്നിത്തുടങ്ങിയ സംശയമാണ്– കേസുകളെ സംബന്ധിച്ച വാർത്തകൾ പത്രങ്ങളിൽ റിപ്പോർട്ട് ചെയ്യുമ്പോൾ, ബന്ധപ്പെട്ടവരുടെ പേരുകൾ ഇങ്ങനെ എടുത്തുപറയാൻ പാടുണ്ടോ എന്ന്. പേരുമാത്രമല്ല, വിധി പ്രഖ്യാപിച്ച ജഡ്ജിയുടെയും അഭിഭാഷകരുടെയും, ഒരു പടികൂടിക്കടന്ന്, പൊലീസ് ഉദ്യോഗസ്ഥരുടെയും ഫോട്ടോകൾ (ഔദ്യോഗിക വേഷത്തിൽത്തന്നെ) പ്രസിദ്ധീകരിക്കുന്നത് ഇപ്പോൾ സാർവ്വത്രികമായിരിക്കുന്നു. ഹൈക്കോടതിയിലെയും സുപ്രീം കോടതിയിലെയും ജഡ്ജിമാരുൾപ്പെടെ പല പ്രഗത്ഭ നിയമജ്ഞന്മാരോടും സംശയം ചോദിച്ചു. ഇങ്ങനെ പേരുവഴിയും ഫോട്ടോ വഴിയും– പബ്ലിസിറ്റി കൊടുക്കുന്നത് അത്ര നല്ല ഏർപ്പാടല്ലെന്ന അഭിപ്രായമാണ് കിട്ടിയത്. കുറെക്കാലംമുമ്പ് കേരള ബാർകൗൺസിൽ പാസാക്കിയ ഒരു പ്രമേയം

സംശയം നിശ്ശേഷം ദൂരീകരിച്ചിരുന്നു. പേരുകളും പടങ്ങളും ചേർക്കരുതെന്ന് സംശയത്തിനിടകൊടുക്കാത്തവിധം ബാർ കൗൺസിൽ വ്യക്തമാക്കിയതായി ഓർക്കുന്നു. പക്ഷേ, കിംഫലം? ഫോട്ടോകളും പേരുകളും ധാരാളം പത്രങ്ങളിൽ വന്നുകൊണ്ടിരിക്കുന്നു.

"സാറിനറിയാമല്ലോ, അഭിനവ പൽക്കീവാല, അഭിനവ ജെഠ്മലാനി, അഭിനവ നരിമാൻ എന്നൊക്കെയാ ആളുകൾ നമ്മെ വിളിക്കുന്നത്. ബാറിലും അങ്ങനെതന്നാണെന്നുവച്ചോ. പക്ഷേ, നമുക്കുണ്ടല്ലോ, ഈ പബ്ലിസിറ്റിയിലൊന്നും അശേഷം താല്പര്യമില്ല. ഹല്ലേ, അഡ്വക്കേറ്റ് പാരിപ്പള്ളി പരമേശ്വരക്കുറുപ്പിന്റെ നെലേം വെലേം നാലുപേരറിയാൻ എവന്റെ ന്യൂസും പടോം ഒക്കെ വേണോ? ഇവിടെ മാത്രമല്ല, ഹൈക്കോടതീലും അങ്ങനെതന്നാണെന്നു വച്ചോ. പിന്നെ, നമ്മുടെ അമ്മൂമ്മയ്യത്തെ വേലുപിള്ളച്ചേട്ടന്റെ എളേ ചെറുക്കൻ കോവാലകിട്ണൻ– അവനാ പോലും *വീരകാഹളം* പത്രത്തിന്റെ ഇവിടുത്തെ സ്വലേ– കഴിഞ്ഞ ചൊവ്വാഴ്ച എന്നെ വന്നു കണ്ട് അവതാ പറഞ്ഞു. വക്കീലദ്യം, ഒഴിഞ്ഞാൽ പറ്റത്തില്ല. ഒരു ഫോട്ടോ തന്നേ ഒക്കൂ. തൊല്ലയൊഴിക്കാൻ ഞാനൊരു ഫോട്ടോ എടുത്തുകൊടുത്തു. ഞാനറിഞ്ഞോ അത് ചെറുക്കൻ പത്രത്തിലിടുമെന്നും, നമ്മെക്കുറിച്ച് നീട്ടിവലിച്ചു ഗീർവാണം എഴുതുമെന്നും? ഛെ, നാണക്കേടായിപ്പോയി!"

ഈയിടെ കേട്ട ഒരു ആത്മാലാപം ആകുന്നു ഇത്. പക്ഷേ ഈ സ്ഥിതപ്രജ്ഞൻ, പബ്ലിസിറ്റി വിമുഖൻ, സ്വലേ ചെറുക്കനെ പിടികൂടി, നക്ഷത്ര ഹോട്ടൽ ഡി സലാലായിൽ കൊണ്ടുപോയി ഒന്നാന്തരം തലശ്ശേരി ബിരിയാണി വാങ്ങിച്ചുകൊടുത്തു പ്രലോഭിപ്പിച്ചാണ് ഈ അഭ്യാസം കാണിച്ചതെന്ന് നമുക്കറിയാം.

'തോപ്രാംകുടി; കോളിളക്കം സൃഷ്ടിച്ച പ്രമാദമായ ചേച്ചമ്മാ ഇടിക്കുളവധക്കേസിലെ എല്ലാ പ്രതികളെയും വെറുതെവിട്ടുകൊണ്ട് സെഷൻസ് ജഡ്ജി മുഹമ്മദാലി ജിന്നാ വിധി – പ്രസ്താവിച്ചിരിക്കുന്നു. ഒന്നും രണ്ടും പ്രതികൾക്കുവേണ്ടി അഡ്വ. വെളിനല്ലൂർ വേലായുധൻ പിള്ളയും മൂന്നും നാലും പ്രതികൾക്കുവേണ്ടി അഡ്വ. മാത്തുത്തരകനും, അഞ്ചും ആറും പ്രതികൾക്കുവേണ്ടി അഡ്വ. അഞ്ചാലുംമൂട് അനിൽ കുമാറും ഹാജരായി.'

പ്രമാദമായ ചേച്ചമ്മാ ഇടിക്കുള കേസിൽ, മറിച്ച്, കോടതി പ്രതികളെയെല്ലാം ശിക്ഷിച്ചുവെന്നിരിക്കട്ടെ. പ്രതിഭാഗം വക്കീലന്മാരെക്കുറിച്ച് ഒരക്ഷരംപോലും പത്രറിപ്പോർട്ടിൽ കാണുകയില്ല. പകരം "സർക്കാരിനുവേണ്ടി ഹാജരായി കേസ് പ്രഗത്ഭമായി വാദിച്ചത് സ്പെഷ്യൽ പ്രോസിക്യൂട്ടർ ക്ലാപ്പന കരുണാകരനുണ്ണിത്താനും, അദ്ദേഹത്തെ സഹായിച്ചത് അഡ്വ. ആഞ്ഞിലിപ്ര അനിലകുമാരിയുമാകുന്നു."

എന്നായിരിക്കും റിപ്പോർട്ട്. തീർന്നില്ല. ശാസ്ത്രീയമായി കേസന്വേഷണം നടത്തിയത് ഊർജ്ജസ്വലനായ മുൻ. ഡി വൈ എസ് പി പോത്തൻ വി പോത്തനും പിന്നീട് ഡി വൈ എസ് പിയായി എത്തിയ വീരഭദ്രൻ പിള്ളയും, സി ഐ കോയാക്കുഞ്ഞിയും, എസ് ഐ സരസപ്പൻനായരും എന്ന് തുടങ്ങി, അബ്രഹാം ഇസഹാക്കിനെ ജനിപ്പിച്ചു, ഇസഹാക്ക് യാക്കോബിനെ ജനിപ്പിച്ചു എന്നിങ്ങനെ ഉല്പത്തി പുസ്തകത്തിൽ വംശപരമ്പര വർണ്ണിച്ചിട്ടുള്ള മട്ടിൽ മുഴുവൻ സീനിയർ സി പി ഒമാരുടെയും (നമ്മുടെ പഴയ ഹേഡ്കങ്ങത്തതന്നെ!) സാദാ സി പി ഒമാരുടെയും പേരുകൾ പ്രസിദ്ധീകരിച്ചേ തീരു– അതല്ലെങ്കിൽ സ്വലേയുടെ തടിക്ക് കേടുവരും എന്ന് ചില നീചന്മാർ അഭിപ്രായപ്പെടുന്നത് മാധ്യമ ഭീകരത മാത്രമാകുന്നു. ജനസമ്മതി പൊലീസിന്റെ ഇടിക്ക് വീര്യം കൂടുമെന്ന് പ്രചരിപ്പിക്കുന്നതും വസ്തുതകൾക്ക് നിരക്കാത്തതാകുന്നു.

പക്ഷേ, ഒരുകാര്യം പറയാതെവയ്യ. പേരും പടവും പത്രത്തിൽ അടിച്ചുവന്നു കാണാനുള്ള മോഹം മേൽപ്പറഞ്ഞ കൂട്ടർക്കു മാത്രമുള്ളതല്ല. 'പൊട്ടക്കിണറ്റിൽ വീണ വൃദ്ധയെ രക്ഷിച്ചു' എന്ന റിപ്പോർട്ടിൽ അഗ്നിശമനസേനയുടെ സ്റ്റേഷൻ ആഫീസർ, അദ്ദേഹത്തിന്റെ കീഴ്ജീവനക്കാർ ഇവരുടെ പേരുകൾ ഒന്നൊഴിയാതെ ഇടംപിടിച്ചേ പറ്റൂ. "കോളേജുകുമാരിയുടെ ചൂണ്ടുവിരലിലെ മുറുകിയ മോതിരം മുറിച്ചു മാറ്റി" എന്ന റിപ്പോർട്ടിലും തഥൈവ. 'മലദ്വാരത്തിൽനിന്നും സ്വർണ്ണക്കട്ടികൾ കണ്ടെടുത്ത' പുളകപ്രദമായ വിരേതിഹാസത്തിൽ, സൗദിയിൽനിന്നും വന്ന യാത്രക്കാരനായ കോയസ്സൻ ഹാജിയുടെ പേരിനൊപ്പം, അസിസ്റ്റന്റ് കളക്ടർ ഉദ്ദണ്ഡരാമയ്യരുടെ നേതൃത്വത്തിൽ, ഇൻസ്പെക്ടർ മത്തായി മത്തായിയുടെ മാർഗ്ഗ നിർദ്ദേശമനുസരിച്ച്, അപ്രൈസർമാരായ വീരമണികണ്ഠക്കുറുപ്പ്, ധീരമണികണ്ഠക്കുറുപ്പ്, ശൂരമണികണ്ഠക്കുറുപ്പ് എന്നിവരാകുന്നു കോയസ്സൻ ഹാജിയുടെ മലദ്വാരത്തിൽ ഒളിച്ചുവച്ചിരുന്ന, അടിച്ചുരുട്ടി മെഴുകുതിരിയുടെ രൂപത്തിലാക്കിയിരുന്ന, സ്വർണ്ണക്കട്ടികൾ പിടിച്ചെടുത്തത്. എന്നുകൂടി ചേർത്തില്ലെങ്കിൽ സ്വലേക്ക് മാനഹാനിയും ദ്രവ്യനഷ്ടവും വന്നുഭവിച്ചേക്കാം.

സമർത്ഥരും സത്യസന്ധരുമായ ധാരാളം ഉദ്യോഗസ്ഥന്മാരുള്ള കസ്റ്റംസ് വകുപ്പിനുമാത്രമല്ല ഈ ദുശ്ശീലം. ഇതാ മറ്റൊരു സാമ്പിൾ. "മന്ത്രി കുംഭോദരനെ വിദഗ്ദ്ധ പരിശോധനയ്ക്കും ചികിത്സയ്ക്കുമായി കാലിഫോർണിയായിലെ യുലീസസ്ഗ്രാന്റ് ഹോസ്പിറ്റലിൽ പ്രവേശിപ്പിച്ചിരിക്കുന്നു. തിരുവനന്തപുരം മെഡിക്കൽകോളേജിലെ ത്വക്ക് രോഗ വിദഗ്ദ്ധൻ ഡോ. കുഞ്ഞുണ്ണിക്കൈമളും, കോട്ടയം മെഡിക്കൽകോളേജിലെ ശിശുരോഗവിദഗ്ദ്ധൻ ഡോ. കുര്യാക്കോസ് അത്തിക്കരയും തൃശ്ശൂർ മെഡിക്കൽകോളേജിലെ മനോരോഗവിദഗ്ദ്ധൻ ഡോ. പരീക്കു

ട്ടിയും, ആലപ്പുഴ മെഡിക്കൽ കോളേജിലെ പ്രസവശുശ്രൂഷാ വിദഗ്ദ്ധ ഡോ. സുലഭാ ചെറിയാനും മന്ത്രിയെ അനുഗമിച്ചിട്ടുണ്ട്" എന്ന റിപ്പോർട്ട് നോക്കുക. എത്ര ആതുരസേവന തൽപ്പരർക്കും ചുളുവിൽ പബ്ലിസിറ്റി!

ദൃഷ്ടാന്തങ്ങൾ ഇനിയും ധാരാളം. നമ്മുടെ കളക്ടർമാരും ഈ ദൗർബ്ബല്യത്തിനുവിധേയരാണെന്നതിന് പത്രപാരായണന്മാർക്ക് വിശേഷിച്ച് തെളിവൊന്നും വേണ്ട. 'ഫയലിൽനിന്ന് വയലിലേക്ക്' എന്നു പ്രാസസുന്ദരമായി ഒരു കളക്ടർ പ്രഖ്യാപിച്ചതിനെത്തുടർന്നു കുട്ടനാടൻ കളക്ടർ 'വയലിൽ നിന്നു കായലിലേക്ക്' എന്നും മലനാടൻ കളക്ടർ "ഫയലിൽനിന്ന് മലയിലേക്ക്" എന്നും പ്രഖ്യാപിച്ചതും അവരുടെ മഹദ്വചനങ്ങൾ ചിത്രസഹിതം പത്രപംക്തികളിൽ മഹത്ത്വപ്പെട്ടതും പഴയ ചരിത്രം. മഹാകവി പണ്ട് ചോദിച്ചതുപോലെ കളക്ടറും ഹന്ത! മനുഷ്യനല്ലയോ? പണ്ട് പത്രത്തിൽ പേരും പടോം അച്ചടിച്ചുവന്നാൽ മതിയായിരുന്നു. ഇന്നു ചാനൽ പ്രളയം. കളക്ടർ വിളക്കുകത്തിച്ചോ നാടമുറിച്ചോ തേങ്ങാ ഉടച്ചോ ഉദ്ഘാടനം നടത്തുന്നത്, സമൂഹസദ്യ ഉണ്ണുന്നത്, കളക്ട്രേറ്റ് മുറ്റത്ത് ജൈവപച്ചക്കറി നടുന്നത്, സ്മരണിക പ്രകാശിപ്പിക്കുന്നത്, പള്ളിക്കൂടം പിള്ളേരെ ബോധവല്ക്കരിക്കുന്നത്, തൊപ്പിധരിച്ച് കൂട്ട ഓട്ടത്തിൽ പങ്കെടുക്കുന്നത്, സൂപ്പർസ്റ്റാറുമായി സൊള്ളുന്നത്, നവതിയുടെ നിറവിലുള്ള ആദിവാസി വല്യമ്മയെ പൊന്നാട അണിയിക്കുന്നത്, ഈ ജനസേവനമൊക്കെ. സമസ്ത ചാനലുകളിലും വരണ്ടായോ കൂവേ? ജില്ലാ ഇൻഫർമേഷൻ ആഫീസർ എന്നൊരു കോയിത്തമ്പുരാൻ അടൂരിന്റെ *എലിപ്പത്തായ*ത്തിലെ ഉണ്ണിക്കുഞ്ഞിനെപ്പോലെ മെയ്യനങ്ങാതെ വെറുതെയിരുന്ന് ഉണ്ടും ഉറങ്ങീം മാസാമാസം നോക്കുകൂലി വാങ്ങിക്കുന്നു. ഓന് വല്ലതും പണി കൊടുക്കണ്ടായോ?

കൊടുക്കണം, സംശയമില്ല. അതു ദിവസോം വേണം താനും.

വഴിയിൽ മൂത്രമൊഴിക്കുന്നതിനെതിരെ ജില്ലാ കളക്ടർ പി ആർ പാകശാസനൻ ഐ എ എസ് കർശനമായി താക്കീതുനല്കി.

പെരുകിവരുന്ന തെരുവുനായ ശല്യത്തിനെതിരെ ജില്ലാകളക്ടർ പി ആർ പാകശാസനൻ ഐ എ എസ് ലോകാരോഗ്യ സംഘടനയ്ക്ക് മുന്നറിയിപ്പുനല്കി.

കർക്കടകമാസത്തിൽ ഒരുദിവസംപോലും നേരെചൊവ്വേ മഴ പെയ്യാതിരുന്നത് ആഗോളതാപനം മൂലമാണെന്ന് ജില്ലാകളക്ടർ പി ആർ പാകശാസനൻ ഐ എ എസ് ഐക്യരാഷ്ട്ര സംഘടനയെ ഓർമ്മിപ്പിച്ചു.

ദിവസവും രണ്ടുനേരം കൊട്ടം ചുക്കാദി കുഴമ്പുതേച്ച് ചെറുചൂടുള്ള വെള്ളത്തിൽ കുളിക്കാനും, കർക്കടക കഞ്ഞി മൂക്കുമുട്ടെ കുടിക്കാനും ജില്ലാ കളക്ടർ പി ആർ പാകശാസനൻ ഐ എ എസ് ആഹ്വാനം ചെയ്തു.

അടിച്ചുപുസായി, മറുതാ ഇറങ്ങുന്ന നേരത്ത് വീട്ടിൽച്ചെന്ന് പെണ്ണുമ്പിള്ളേം പിറുങ്ങിണികളേം തല്ലിക്കൊല്ലരുതെന്ന് ജില്ലാ കളക്ടർ പി ആർ പാകശാസനൻ ഐ എ എസ് ജില്ലയിലെ സമസ്ത ഊച്ചാളികളെയും ഉപദേശിച്ചു.

"മനുഷ്യൻ - എത്ര മഹത്തായ പദം!" എന്ന് മഹാനായ മാക്സിം ഗോർക്കി പറഞ്ഞു. ഗോർക്കി, അങ്ങേയ്ക്ക് തെറ്റിപ്പോയി. മനുഷ്യൻ എന്നതിനേക്കാൾ എത്രയോ മഹത്തായ മറ്റൊരു പദമുണ്ട്- അവനവന്റെ പേര്!

"അടിയൻ ലച്ചിപ്പോം"

ശബരിമലയിലെ യുവതി ('യുവതീ' എന്നു വലിച്ചു നീട്ടി പീഡിപ്പിക്കേണ്ട, ജോസഫൈൻ ടീച്ചറെ വെറുതെ ശുണ്ഠിപ്പിടിപ്പിക്കേണ്ട. 'യുവതി' എന്നു മതി) പ്രവേശനത്തെച്ചൊല്ലി മുഖ്യമന്ത്രിയും സർക്കാർ നിയമോപദേഷ്ടാക്കളുമൊക്കെ രണ്ടുമാസമായി തലപുകഞ്ഞു ചിന്തിക്കുകയാണ്. അലംഘനീയമായ സുപ്രീംകോടതി വിധി ഒരുവശത്ത്; അത് അംഗീകരിക്കാനുള്ള പൊതുസമൂഹത്തിന്റെ "മെന്റൽ ബ്ലോക്ക്" മറുവശത്ത്. അത്യപൂർവ്വമായ, അതീവസങ്കീർണ്ണമായ സാഹചര്യം.

ഈ പ്രതിസന്ധിഘട്ടത്തിലാകുന്നു സി വി രാമൻ പിള്ളയുടെ പ്രസിദ്ധകഥാപാത്രത്തെപ്പോലെ ''അടിയൻ ലച്ചിപ്പോം!'' എന്ന് അലറിവിളിച്ചുകൊണ്ട് നമ്മുടെ സുപരിചിതനായ, സുവിദിതനായ ഭരണശാസ്ത്രഗുരു ചാടിവീണിരിക്കുന്നത്. ച്ചാൽ, പരിത്രാണായ സാധൂനാം എന്നും മറ്റും പണ്ടൊരു വിദ്വാൻ പറഞ്ഞമട്ടിൽ.

അദ്ദേഹത്തിന്റെ തിരുവായ്മൊഴി ലളിതം, സുന്ദരം, സുതാര്യം, സരസം, സാരഗർഭം, സാരമേയ സമാനം.

ഡായ് പശങ്കളേ? കവലപ്പെടാതെ! സുപ്രീം കോടതി കിപ്രീം കോടതിയെല്ലാം അങ്കെയെ ഇരിക്കട്ടും. നാൻ ശൊല്ലതു ഗൗനി!

അതെ, പശങ്കളേ! സുപ്രിം കോടതി വിധി "അനായാസം" (എന്റെ പൊന്നിൻ കുരിശുമുത്തപ്പീ! "അനായാസം" പോലും!) മറികടക്കാമെന്ന് നാം ഇതാ പ്രഖ്യാപിക്കുന്നു. അതെ, അനായാസം തന്നെ. ടി കോടതി ഒരു എക്സിക്യൂട്ടീവ് എജൻസിയല്ല. പിന്നെ ആരാ, ഗുരുജീ ഈ എക്സിക്യൂട്ടീവ് എജൻസി എന്നൊക്കെയായിരിക്കും വിവരദോഷികളായ

നിന്റെയൊക്കെ സംശയം. പറഞ്ഞു തരാം. സാവധാനം ശൃണു. ശബരിമലയിൽ നിലനില്ക്കുന്ന പ്രത്യേക സാഹചര്യത്തിൽ, ഒരു പ്രത്യേക വ്യക്തിയെ, അതു തൃപ്തി ദേശായിയോ രഹനാ ഫാത്തിമായോ ശശികല ടീച്ചറോ ആരായാലും വേണ്ടതില്ല, ഒരു പ്രത്യേക സമയത്തു പ്രവേശിക്കാനാവില്ല എന്ന് ഒരു എക്സിക്യൂട്ടീവ് മജിശ്രേഷ്ഠൻ (നമ്മുടെ ആർ ഡി ഒ അദ്യം തന്നെ) തീരുമാനിച്ചാൽ അതു കോടതി അലക്ഷ്യമാകുകയില്ലെന്നു മാത്രമല്ല, ടിയാന്റെ തീരുമാനം പഴയ കല്ലുവാതില്ക്കൽപ്പാറ (ഇപ്പോൾ അവിടെ പാറയുടെ പൊടിപോലും നാസ്തി) പോലെ ഉറച്ചതും, ഫൈനലും കൺക്ലൂസീവും, തലയിലെഴുത്തുപോലെ മാറ്റാൻ അസാദ്ധ്യവും, അപ്പീലോ റിവ്യൂവോ റിവിഷനോ ഇല്ലാത്തതുമാകുന്നു. സംശയമുള്ള കോന്തന്മാർ ക്രിമിനൽ നടപടി നിയമം നോക്കിൽ, പഠിപ്പിൻ!

ജനം അമ്പരന്നു. വേലുത്തമ്പിദളവായും മാധവരായർ ദിവാൻജിയും പരസ്പരം നോക്കി, പ്രകടമായ ആദരത്തോടെ.

എന്നാലും റാവു സാമീ, നമ്മുടെ ഘടാഘടിയൻ നിയമജ്ഞന്മാർക്കൊന്നും തോന്നാത്ത ഈ പരിഹാരം ഇദ്യത്തിനുമാത്രം തോന്നിയത്. അദ്ഭുതം തന്നെ! വല്ല ചാത്തൻ സേവയോ മറ്റോ ആണോ സാമീ? രണ്ടു കൈക്കും വീരശങ്ങല കൊടുക്കണം, സംശയമില്ല!

അപ്പടിയേ താൻ തമ്പീ! തഞ്ചാവൂർ ബ്രാഹ്മണൻ തലകുലുക്കി. താഴെ വീഴാൻ പോയ കസവുതലപ്പാവു നേരെ വച്ചു. കൊമ്പൻ മീശ ചിക്കി.

വീരശങ്ങല പോരാ തമ്പീ! ഷുഡ് റെക്കമെൻഡ് ഹിം ഫോർ എ കെ സി എസ് ഐ അടേ അമ്പ്വാ! എന്ന ബ്രില്യൻസ്! തല്ക്കാലം നിയമശാസ്ത്രീപാരാവാരപാരംഗത: എന്നൊരു ബിരുദം കൊടുത്തുകളയാം, നമ്മുടെ രാജ്യസേവാനിരതഃ പോലെ അടുത്ത തിരുനാൾ വരട്ടെ.

സമ്പവം നേരുതന്നെ. ഈ ക്യാരളം ക്യാരളം ക്യാളികൊട്ടുയരുന്ന ക്യാരളത്തിൽ ഒരുത്തനും തോന്നാത്ത ബുദ്ധിയാണ് അദ്യത്തിനു തോന്നിയിരിക്കുന്നത്. മുഖ്യമന്ത്രിയും ഹൈക്കോടതിയുടെ ഉന്നതാധികാരക്കമ്മെറ്റിയും ഭരണഘടനാ ബഞ്ചും ഇതുവല്ലതും കേൾക്കുന്നുണ്ടോ?

അദ്ദേഹത്തിനു തുല്യം അദ്ദേഹംമാത്രം. അദ്യം എന്നും അങ്ങനെയാണ്. അതാണ് അദ്യത്തിന്റെ ശൈലി. ഇടയ്ക്കിടെ തന്റെ മഹദ്വചനങ്ങൾകൊണ്ടു നമ്മെ അനുഗ്രഹിക്കാൻ ഇങ്ങനെ ഒരു ഗുരുഭൂതനുള്ളതു തന്നെ പൂർവ്വജന്മസുകൃതം!

ഓർക്കുന്നില്ലേ അദ്ദേഹത്തിന്റെ വെളിപാടുകൾ? സർവ്വകലാശാല വി സിമാർക്ക് യാതൊരു യോഗ്യതയും വേണ്ട, സുപ്രീംകോടതിയിലെയും

പഴയ യു ജി സിയിലേയും മൂത്തുനരച്ച ജാംബവന്മാർ എന്തു പറഞ്ഞാലും എന്നതാകുന്നു രേഖപ്പെടുത്തിയിട്ടുള്ള അദ്ദേഹത്തിന്റെ ആദ്യത്തെ ശിലാശാസനം. (ചുമ്മാതാണോ ഹേ നമ്മുടെ പഴയ വിദ്യാഭ്യാസമന്ത്രി നിയമസഭയിൽ അധോമുഖനായിനിന്ന് കുമ്പസാരിച്ചത്, ഇവിടത്തെ നാലു വി സിമാർക്കു യോഗ്യത ഒന്നുമില്ലെന്ന്? പറഞ്ഞാൽ നിനക്കൊന്നും മനസ്സിലാകത്തില്ല. തുന്നപ്പാണന്മാർ!) വേണമെങ്കിൽ പത്താംക്ലാസ് (ഒന്നിച്ചു വേണമെന്നില്ല– ഓരോ വിഷയമായിട്ടു സൗകര്യം പോലെ ജയിച്ചാലും മതി.) ആകാം, മുഷിയില്ല. പിന്നെ ഗുസ്തി, ദഫ്മുട്ട്, ഒപ്പന, കോല്ക്കളി എന്നിവ അഭിലഷണീയം എന്നുകൂടെ വച്ചോ!

ഹര ഹരോ ഹര! ശരിക്കും കാലത്തിനു (കാലനും!) മുമ്പേ നടന്നവൻ തന്നെ!

രംഗം രണ്ട്. ഭരണസിരാകേന്ദ്രമായ സെക്രട്ടേറിയറ്റിൽ 1.39 ലക്ഷം ഫയലുകൾ ദശാബ്ദങ്ങളായി, താണുപിള്ളസാറിന്റെ കാലം മുതൽ, കെട്ടിയോ കെട്ടാതെയോ കെട്ടിയോൾ ഇല്ലാതെയോ കിടക്കുന്നു എന്നു നിയമസഭയിൽ നക്ഷത്രചിഹ്നമിടാത്ത ഉത്തരം. പ്രതിപക്ഷനേതാവു പോലും നടുങ്ങി.

ഗുരുസാഗരം ചിരിച്ചു. ചിരിക്കാതെന്തു ചെയ്യും? അദ്ദേഹം ബുദ്ധിജീവിത്താടി വാത്സല്യപൂർവ്വം തടവി വീണ്ടും ചിരിച്ചു. ഇതാണോ ഇത്ര വല്യകാര്യം? ചെവി തുറന്നു കേൾക്കാതെടാ! (വേണമെങ്കിൽ ചെവിക്കായം മുഴുവൻ സിറിഞ്ചു ചെയ്തു കളഞ്ഞിട്ടുകേൾക്ക്) മൊശകോടന്മാരേ! നീയൊന്നും ഞെട്ടരുത്.

നടപടി ഒന്ന്: സെക്രട്ടേറിയറ്റിലെ സമസ്ത ഫയലുകളും രജിസ്റ്ററുകളും കറന്റുകളും ഡിസ്പോസലുകളും സ്റ്റോക്ക് ഫയലുകളും റിമൈൻഡർ ഡയറികളും പീയാറുകളും എന്നുവേണ്ട, വില്യം ബാർട്ടൻ സായിപ്പ് ഹജൂർക്കച്ചേരി പണികഴിപ്പിച്ചു പെരവാസ്തോലി നടത്തിയ പാല് കാച്ചിയതിനുശേഷമുള്ള സകലമാനകടലാസുകളും ഓലതരണങ്ങളും ചുട്ടുകരിച്ച് അയ്യാറെട്ടിനു വളമാക്കെടാ പരട്ടകളേ! (എന്താ, പേടിയാകുന്നോ? മൂത്രശങ്ക തോന്നുന്നോ?)

നടപടി രണ്ട്: നിന്റെയൊക്കെ ഉദ്ദണ്ഡൻ ചീപ്പു സെക്രട്ടറി മുതൽ തോട്ടക്കാരും എലിപിടിത്തക്കാരും വരെയുള്ള സമസ്ത ജീവനക്കാരെയും ഒറ്റയടിക്കു പിരിച്ചു വിടുക. പെരിച്ചാഴികൾ ഖജനാവു തിന്നു മുടിക്കാൻ തുടങ്ങിയിട്ടു കൊല്ലം പത്തിരുനൂറായല്ലോ.

നടപടി മൂന്ന്: അപ്പം സാറേ, ഭരണം നടത്തണ്ടയോ, അതെങ്ങനാ എന്നായിരിക്കും മരങ്ങോടന്മാരായ നിന്റെയൊക്കെ മണ്ടൻതലയിലെ ചിന്ത. എടാ കൂവേ, ഭരണം നടന്നില്ലെങ്കിലും വല്യകുഴപ്പമൊന്നുമില്ല. ഇവിടെ ഓഖി കൊടുങ്കാറ്റു വീശത്തില്ല. മഹാപ്രളയം വന്നു കേറത്തില്ല.

അതുപോട്ടെ. അത്രയ്ക്കു ഹൈ–ടെക് പരിഷ്കാരം ഇപ്പോൾ വേണ്ട. ഭരിക്കാൻ നാം യന്തിരന്മാരെയും കമ്പ്യൂട്ടറുകളെയും നിയോഗിക്കാൻ പോകുന്നു. സകല കുന്ത്രാണ്ടങ്ങളുടെയും അഡ്മിൻ നാം തന്നെയായിരിക്കും. മനസ്സിലായോടാ കണാപ്പന്മാരേ? (നിനക്കൊന്നും മനസ്സിലായില്ലെങ്കിലും ദോഷമില്ല),

രംഗം മൂന്ന്: യൂണിഫോംഡ് ഫോഴ്സസിലെ (പൊലീസ്, അഗ്നിശമനം, എക്സൈസ്, വനം, ഇത്യാദി) കീഴ്ജീവനക്കാർ ഏമാന്മാരെയും അങ്ങത്തമാരെയും കാണുമ്പോൾ സാവധാനായിട്ടു നില്ക്കണോ? സല്യൂട്ടു ചെയ്യണോ? പ്രശ്നം ഗുരുതരം.

താടി തടവി പ്രചോദനം വരുത്തിക്കൊണ്ടു ഗുരു ഉവാച: വേണ്ട, വേണ്ട വേണ്ടേ വേണ്ട. മൈലാപ്പൂർകാരൻ കിരാതൻ പട്ടരുടെ കാലത്തെ ഈ അറുപഴഞ്ചൻ ഏർപ്പാടു നിർത്താൻ കാലം അതിക്രമിച്ചു കഴിഞ്ഞിരിക്കുന്നു. നാം കഴിഞ്ഞാണ്ടിൽ ഇറ്റാലിയൻ സർക്കാരിന്റെ അതിഥിയായി റോമിലും വെനീസിലുമൊക്കെ പര്യടനം നടത്തി. (വേണ്ടാ, വേണ്ടാ, എന്ന് ആവർത്തിച്ചു പറഞ്ഞിട്ടും ഒരു ഓണററി ഡോക്ടറേറ്റു നമ്മുടെ തലയിൽ വച്ചുകെട്ടി, നേപ്പിൾസ് യൂണിവേഴ്സിറ്റി. പത്തുപത്രണ്ടു ഡോക്ടറേറ്റുകൾ ഇതിനകം വന്നു കുമിഞ്ഞിരിക്കുന്നു. അപ്പഴാ ഒരെണ്ണം കൂടെ!) പട്ടാളക്കാർ ഒരു ബാൻക്വറ്റിനു ക്ഷണിച്ചു. വയ്യാ പൊന്നേ, വായു കോപിച്ചിരിക്കുന്നു, വയറ്റിന് ആകെ ഏനക്കേട്, ഇനിയൊരിക്കലാകട്ടെ എന്നു തൊഴുതു പറഞ്ഞു. കേൾക്കണ്ടായോ? സാർ വന്നേ ഒക്കൂ ഞങ്ങളുടെ ചിരകാലാഭിലാഷമാണ് എന്നു പ്രതിരോധമന്ത്രി ലോറൻസോ ഗിയോവനി ഒരേ പിടി! ങാ അതു പോകട്ടെ. വിശ്വസിക്കാമെങ്കിൽ വിശ്വസിച്ചോ. അവിടെ സാദാ പട്ടാളക്കാരന് നമ്മുടെ പ്രിയാ വാരിയർ സ്റ്റൈലിൽ ഒരു കുസൃതിക്കണ്ണിറുക്കി, ജനലിന്റെ തോളിൽ ത്തട്ടി ചോദിക്കാം, അല്ല അളിയാ, വൈകിട്ടെന്താ പരിപാടി? ഫീൽഡ് മാർഷലാശാനേ, ബീഡിയുണ്ടോ ഒരു തീപ്പെട്ടിയെടുക്കാൻ എന്നു സർവ്വസൈന്യാധിപനോടു ചോദിക്കാം.

തല കറങ്ങുന്നു അല്യോടോ?

അപ്പോൾ, അങ്ങനെയാകുന്നു പ്രിയരേ, അവതാരപുരുഷന്റെ അപദാനങ്ങളും വീരകഥകളും!

പക്ഷേ, ശബരിമലക്കാര്യം അങ്ങനങ്ങ് എഴുതിത്തള്ളാവുന്നതാണോ? ആകെ കുഴഞ്ഞു മറിഞ്ഞു കിടക്കുവല്യോ സാറേ?

ഗുരു പുച്ഛരസത്തിൽ ചിരിച്ചു. അഭിനവ സെതൽവാദ്, അഭിനവ പൽക്കിവാലാ, അഭിനവ സൊറാബ്ജി, അഭിനവ ഫാലി നരിമാൻ, അഭിനവ ഭാഷ്യം അയ്യങ്കാർ, അഭിനവ ഉമ്മന്നൂർ പാച്ചുപിള്ള വക്കീൽ! കുരങ്ങന്മാരെന്തറിഞ്ഞു വിഭോ!

എന്താടോ മൂപ്പിലേ, വിശ്വാസം വരുന്നില്ല്യോ? താൻ സെക്രട്ടേറിയറ്റിൽ പത്തിരുപത്തഞ്ചുകൊല്ലം പറണ്ടിയതാണല്ലൊ. ഇത്രയ്ക്കു വിവരമില്ല്യോടോ?

ഇവിടുന്നു കലമ്പരുത്. പഴയമനസ്സിൽ ചില ശങ്കകൾ തോന്നുന്നു. പറഞ്ഞു തൊലയ്ക്കെടോ ചിണുങ്ങാതെ!

ഇദൃത്തിന് അപ്രീതി തോന്നരുത്. പഴവന്മാർ പറഞ്ഞു തന്നതും പഠിച്ചു വച്ചിരിക്കുന്നതും ഭരണ ഘടനയുടെ 141, 142 (1) അനുച്ഛേദങ്ങളനുസരിച്ച് രാജ്യത്തെ എല്ലാം നിയമസംഹിതകളും (ഇവിടന്നു പരാമർശിച്ച ക്രിമിനൽ നടപടി നിയമം ഉൾപ്പെടെ) രീതിപീഠങ്ങളും സുപ്രീം കോടതിയുടെ വ്യാഖ്യാനത്തിനനുസൃതമായ ഭരണഘടനയ്ക്കു വിധേയമാകുന്നു എന്നാണ്. പ്രസിദ്ധമായ കേശവാനന്ദഭാരതി കേസിൽ ഒരു ഭരണഘടനാബഞ്ച് ചരിത്രത്തിലാദ്യമായി ഒരു പന്തിഭോജനത്തിലെന്നപോലെ 13 ജഡ്ജിമാർ ഒന്നിച്ചിരുന്നു എന്നാണോർമ്മ) ഇതു സംശയാതീതമായി വ്യക്തമാക്കിയിട്ടുമുണ്ട്. ഈ പശ്ചാത്തലത്തിൽ ഒരു എക്സിക്യൂട്ടീവ് മജിസ്ട്രേട്ടിന്റെ (നേരത്തെ പറഞ്ഞതുപോലെ ഇതു നമ്മുടെ ആർ ഡി ഒ തന്നെ) റിപ്പോർട്ടുകൊണ്ടു സുപ്രീം കോടതിവിധി മറികടക്കാമെന്നു കരുതുന്നതു പരമാബദ്ധമല്ല്യോ അങ്ങുന്നേ? ഇടയ്ക്കു പറയുവാ അങ്ങുന്നിന് അറിയാത്ത കാര്യമല്ല. ഒന്നാം ക്ലാസ് മജിസ്ട്രേട്ടുതന്നെ വേണമെന്നില്ലല്ലോ. രണ്ടാം ക്ലാസായാലും മതി. അതായതു നമ്മുടെ സാദാ തഹശീലദൃം! കാരണം, ക്രമസമാധാനപാലനം അങ്ങേരടേം വകുപ്പാന്നല്ലൊ. അങ്ങുന്നു ക്ഷോഭിക്കുകേം പഴയടിയനെ ശപിക്കുകേം ഒന്നും ചെയ്യരുത്. പഴമുറംകൊണ്ടു പ്രളയം തടുക്കാനൊക്കുമോ? തഹശീലിന്റെ റിപ്പോർട്ടുകൊണ്ട് അല്ലെങ്കിൽ വേണ്ട, ആർ ഡി ഒ അദൃത്തിന്റെ തന്നെ ആകട്ടെ സുപ്രീം കോടതിവിധി അട്ടിമറിക്കാനൊക്കുമോ പൊന്നുടയതേ? തന്നേമല്ല ഒരു തഹശീലിന്റെയോ ആർ ഡി ഒയുടെയോ "അനുകൂല"മായ റിപ്പോർട്ടു വാങ്ങിക്കാൻ വല്ല പാടുമുണ്ടോ? ഓനെ രായ്ക്കുരാമാനം ഭാര്യ വീട്ടിൽനിന്നും മഞ്ചേശ്വരത്തെക്കോ മാനന്തവാടിക്കോ തട്ടും എന്നൊരു വെരുട്ടു വെരുട്ടിയാൽപ്പോരായേ? ഏതു കൊലകൊമ്പനും വഴിക്കു, വഴിവരത്തില്ലിയോ? സബ് കളക്ടർ ശ്രീറാം വെങ്കിട്ട രാമനേം പ്രേംകുമാറിനേം കളക്ടർ അനുപമക്കുട്ടിയേം ഒതുക്കിയതു നമ്മൾ കണ്ടതല്ല്യോ. അങ്ങുന്നേ? ഇതൊക്കെ സുപ്രീം കോടതിക്കു പോയിട്ട് ഇവിടത്തെ അണ്ടനും അടകോടനും വരെ അറിഞ്ഞു കൂടായോ സാറേ?

നിർത്തെടോ മൂപ്പിലേ തന്റെ ഈരങ്കി! താനും തന്റെയൊരു ഭരണഘടനയും! എടോ, തന്റെ കേശവാനന്ദഭാരതിയെയല്ല, ജയഭാരതിയെ ആണെങ്കിലും നമുക്കു നേരിട്ടറിയാം, കേട്ടോടോ, അതൊന്നും പറഞ്ഞു താൻ

നമ്മളെ വെരുട്ടണ്ടാ. പണ്ടെങ്ങാണ്ടു, ബംഗാളി ബാബു സർക്കാരിന്റെ ഭരണഘടനാ കമന്ററിവായിച്ചു കാണാപ്പാഠം പഠിച്ച മിടുക്കൊന്നും താൻ ഇങ്ങോട്ടെടുക്കണ്ടാ! പിന്നെ, തന്റെ അനുച്ഛേദോം ശിരച്ഛേദോം! പറഞ്ഞാൽ താൻ വിശ്വസിക്കത്തില്ല, എടോ, എന്നോടു ചോദിച്ചിട്ടാ അംബേദ്കർ ഭരണഘടനയുടെ നക്കൽ എഴുതിയത്, അറിയാമോ? ലണ്ടനിൽ ഇന്നർ ടെമ്പിളിൽ ഒരു, ഗസ്റ്റ് ലക്ച്ചർ കൊടുക്കാൻ ചെന്നപ്പഴാ മൂപ്പിൽ എന്നെ തടഞ്ഞു നിറുത്തിയത്. ഞാനും അന്താരാഷ്ട്രകോടതിയിലെ ജഡ്ജി ജസ്റ്റിസ് റോബർട്ട് മക്കിൻലിയും കൂടെ ലൗഞ്ചിൽ ഓരോ സ്മോളടിച്ചോണ്ടിരിക്കുമ്പഴാ. ബുദ്ധിമുട്ടാണെന്നും നേരമില്ലെന്നും പറഞ്ഞൊഴിയരുത് സാറേ, നമ്മുടെ ഇംഗ്ലീഷ് വന്ന് ഇത്തിരിപ്പോരം വീക്കാണ്. സാറുതന്നെ ഇതൊന്നു നോക്കി ഗ്രാമറുകളെയൊക്കെ പരിശോധിച്ചു മിസ്റ്റേക്കുകൾ തിരുത്തി ശരിയാക്കിത്തന്നാലേ ഒക്കു എന്നൊരു പിടി. ഒഴിയാനൊക്കുമോ? ഭരണഘടനയല്ല്യോ കാര്യം? അച്ചാപോറ്റീ പറേന്നതു നമ്മുടെ അംബേദ്കറും! ഒടുക്കം ഞാൻ ഏറ്റു എന്നു പറഞ്ഞാൽ മതിയല്ലോ. മെനക്കേടുതന്നെ. ഓരോ വരീം തിരുത്തേണ്ടി വന്നു. അത്രമോശം ഇംഗ്ലീഷ്. നമ്മടേം കൃഷ്ണയ്യർ സാമീടേമൊന്നും വാലേൽ കെട്ടാൻ കൊള്ളത്തില്ല. ഫൗളറും എറിക്ക് പാർട്രിഡ്ജും പോയിട്ടു റെൻ ആൻഡ് മാർട്ടിൻ പോലും ആശാൻ വായിച്ച ലക്ഷണമില്ല.

കടുപ്പം തന്നെ അങ്ങുന്നേ! അതു പോട്ടെ. ഇവിടന്നു പറഞ്ഞു വന്നതു നമ്മുടെ പത്തനംതിട്ട തഹശീൽ മാത്തൻ വി മാത്തൻ ബി എ എസ്ക്വയർ എന്ന എക്സിക്യൂട്ടീവ് മജിസ്ട്രേഷ്ഠന്റെ കടുപ്പത്തിലുള്ള ഒരു റിപ്പോർട്ടു ഫയൽ ചെയ്താൽ സുപ്രീം കോടതി അവരുടെ ഉത്തരവു കൈയോടെ ചുരുട്ടിക്കൂട്ടി ചവറ്റുകൊട്ടേൽ ഇട്ട്, നൂറ്റൊന്ന് ഏത്തമിട്ടു മൂക്കുകൊണ്ട് ക്ഷ എഴുതിക്കൊള്ളും എന്ന്, അല്ല്യോന്നാ? അതേടോ, അതുതന്നെ പറഞ്ഞത്. പേറും തീണ്ടാരീം നിന്നിട്ടില്ലാത്ത ചെറുപ്പക്കാരി പെണ്ണുങ്ങളെ ശബരിമലേലോട്ടു വിട്ടാൽ കരച്ചിലും പല്ലുകടീം തുമ്മലും ഏമ്പക്കവും! ഇക്കിളും മാത്രമല്ല, അതിഭയങ്കരമായ അടിലഹളയും കൈയാങ്കളിയും ഏറ്റുമുട്ടലും രക്തച്ചൊരിച്ചിലും കൊലപാതകം വരെയുള്ള സമാധാന ലംഘനവും സംഭവിക്കും. എന്നു തന്റെ മാത്തൻ തഹശീലൻ ഒരു റിപ്പോർട്ടു തരുന്നു. ആവലാതി പക്ഷം വക്കീൽ ഗോസായി അതു സുപ്രീം കോടതി മുമ്പാകെ ഭയഭക്തിയോടും എന്നാൽ വിനയത്തോടും വണക്കത്തോടും അക്രപ്രമാണമായി ഫയൽ ചെയ്യുന്നു. അതു വീണ്ടും വീണ്ടും ഒറ്റയായും കൂട്ടായും വായിച്ചു കോടതി അവർകൾ സങ്ങതീടെ കെടപ്പുവശം നേരെ ചൊവ്വേ മനസ്സിലാക്കുന്നു. തുടർന്നു സമസ്ത പുനഃപരിശോധനാ ഹർജികളും റിട്ടുഹർജികളും ദേവസ്വം ബോർഡിന്റെ അയ്യോ പാവം സാവകാശ ഹർജിയും കൈയോടെ

അനുവദിക്കുന്നു.

തനിക്കു ബോധ്യം വരുന്നില്ല, അല്യോടോ മൂപ്പിലേ? ഇതിനാ പറേന്നതു നമ്മെപ്പോലെ ഹൈടെക് സാവി ആകണമെന്ന്! വെള്ളിമീശ രാമരായരുടെയോ മറ്റോ കാലത്തു ഹജൂരിൽ വലിയ സർവ്വാധികാര്യക്കാരായിരുന്നു എന്നു പറഞ്ഞു ഞെളിഞ്ഞിട്ടു കാര്യമില്ലെടോ!

നാണം വിറ്റും ഓണം ഉണ്ണണം

മലയാളിക്കു സുപരിചിതമായ 'കാണം വിറ്റും ഓണമുണ്ണണം' എന്ന പഴമൊഴിക്ക് ഓണത്തോളം തന്നെ പഴക്കമുണ്ടെന്നു തോന്നുന്നു. പറയുന്നതിനും എഴുതുന്നതിനും അർത്ഥമുണ്ടായിരിക്കണം എന്നു യാതൊരു നിർബ്ബന്ധവുമില്ലാത്ത ഇക്കാലത്ത് എന്തോന്നാ ഈ കാണം എന്നു ചിന്തിക്കുവാൻ എത്രപേർ മെനക്കെട്ടിട്ടുണ്ടെന്നു നിശ്ചയമില്ല. കാണം എന്ന വാക്കിന് സ്വർണ്ണനാണയം എന്ന് ഒരർത്ഥമുണ്ടെന്നു മഹാപണ്ഡിതനായ ശ്രീകണ്ഠേശ്വരം പദ്മനാഭപിള്ള അദ്ദേഹത്തിന്റെ വിഖ്യാതമായ നിഘണ്ടുവിൽ സൂചിപ്പിക്കുന്നു. ആ അർത്ഥത്തോടു ബന്ധപ്പെടുത്തിയാണ് 'കാണം വിറ്റും ഓണം ഉണ്ണണം' എന്ന ചൊല്ലിനെ അദ്ദേഹം പരാമർശിക്കുന്നത്. പൊന്നുൾപ്പെടെ വിലപ്പെട്ടതെല്ലാം വിറ്റു മുടിച്ചാലും വേണ്ടതില്ല. ഓണം നടപ്പുശൈലിയിൽ "അടിപൊളി"യായി ഘോഷിച്ചേ തീരു എന്ന് അദ്ദേഹം ഈ പഴമൊഴിയുടെ പൊരുളും നമുക്കു പറഞ്ഞു തരുന്നു. ഇതൊക്കെ പഴങ്കഥ. ഇന്നു കാലം ഏറെ മാറിയിരിക്കുന്നു. പാർവ്വതിപുത്തനാറിലും ആമയിഴഞ്ചാൻതോട്ടിലും കൂടി ഒരുപാടു വെള്ളമൊഴുകിപ്പോയിരിക്കുന്നു. മേൽച്ചൊന്ന പഴഞ്ചൊല്ലിനും കാലാനുസൃതമായി ഒരു മാറ്റം വേണ്ടിയിരിക്കുന്നു. 'കാണം വിറ്റും ഓണം ഉണ്ണണം' എന്ന പഴമൊഴിക്ക് 'നാണം വിറ്റും ഓണമുണ്ണണം' എന്നൊരു പാഠഭേദം അവതരിപ്പിച്ചാലെന്താ എന്നു കുറേക്കാലമായി പഴമനസ്സിൽ ഒരു ചിന്ത കടന്നു, കൂടിയിരിക്കുന്നു. വെറുതെ അങ്ങു കടന്നുകൂടിയതല്ല. കുറച്ചുകാലമായി മലയാളി ഓണം ആഘോഷിക്കുന്ന ശൈലി കാണുമ്പോൾ അങ്ങനെ ഒരു മാറ്റം അനിവാര്യമായിരിക്കുന്നു എന്നൊരു തോന്നൽ.

ഓണാഘോഷത്തോടു ബന്ധപ്പെട്ടു നാണം എന്ന ചേതോവികാരം കാറ്റിൽ പറത്തിക്കൊണ്ടുള്ള എന്തെല്ലാം കാഴ്ചകൾ കാണാനും

വിഡ്ഢിത്തങ്ങൾ കേൾക്കാനുമാണ് നാം വിധിക്കപ്പെട്ടിരിക്കുന്നത്! ശുദ്ധ നാണക്കേടുകൾ കാണുന്നു, പോഴത്തങ്ങൾ കേൾക്കുന്നു. ദൃശ്യ മാധ്യമങ്ങളും അച്ചടിമാധ്യമങ്ങളും തമ്മിൽ ഇക്കാര്യത്തിൽ കൊടിയ മത്സരമാണ് നടന്നതെങ്കിലും ജയിച്ചു നില്ക്കുന്നത് ദൃശ്യമാധ്യമങ്ങൾ എന്നു തന്നെ പറയാതെ വയ്യ. ഓണം പ്രമാണിച്ച് ടെലിവിഷൻ ചാനലുകൾ അവതരിപ്പിക്കുന്ന 'വിശേഷാൽ' പരിപാടികൾക്ക് ഒരു വിശേഷവുമില്ലെന്നു മാത്രമല്ല, അത്യന്തം മുഷിപ്പനായ ഒരു ഏകരൂപത തന്നെ വന്നു കൂടിയിരിക്കുന്നു. അതാകട്ടെ കണ്ടിരിക്കാൻ വിധിക്കപ്പെട്ടവന്, യശശ്ശരീരനായ പ്രൊഫ. എം കൃഷ്ണൻ നായരുടെ ഒരു പ്രയോഗം കടമെടുത്തു പറഞ്ഞാൽ കടുത്ത വമനേച്ഛ തന്നെ ഉണ്ടാക്കുന്ന തരത്തിൽ ഭാവനാശൂന്യതയുടെയും ഓചിത്യമില്ലായ്മയുടെയും വിവരക്കേടിന്റെയും പരകോടിയിലെത്തിയിരിക്കുന്നു.

ആദ്യം മനസ്സിലെത്തുന്നത് ഓണത്തിന്റെ കേളികൊട്ടു തുടങ്ങുമ്പോൾ തന്നെ ചിത്രീകരിക്കപ്പെടുന്ന, ഓണാഘോഷത്തിന്റെ കേന്ദ്രബിന്ദുവായ സാക്ഷാൽ മഹാബലി ചക്രവർത്തിയുടെ രൂപഭാവങ്ങളാണ്. ഭാഗവതത്തിലും നാരായണീയത്തിലും വിഷ്ണുപുരാണത്തിലും ഹരിവംശത്തിലുമൊക്കെ ഭക്തി ബഹുമാനങ്ങളോടെ മാത്രം വർണ്ണിക്കപ്പെട്ടിട്ടുള്ള ആദർശനിഷ്ഠനായ, സത്യസംഗരനായ, ഔദാര്യനിധിയായ, പരമഭക്തനായ മഹാബലിയെ എത്ര ഹീനമായി, പരിഹാസ്യമായി, അധിക്ഷേപാർഹമായിട്ടാണ് ചിത്രീകരിക്കുന്നത്! മുഴുക്കുടിയനായ ഒരു ഹെഡ് കോൺസ്റ്റബിളിനെ–ഓ, തെറ്റിപ്പോയി, സീനിയർ സിവിൽ പൊലീസ് ആഫീസറെ–അനുസ്മരിപ്പിക്കുന്ന അശ്ലീലമായ കുടവയറും കപ്പടാമീശയും പൊളിഞ്ഞ ഒരോലക്കുടയും പമ്പരവിഡ്ഢിത്തം സ്ഥായിഭാവമായ മുഖഭാവവുമായിട്ടാണ് പുരാണ പ്രപഞ്ചത്തിലെ ഏറ്റവും ആദരണീയനായ ഈ സാർവഭൗമനെ സകല പരസ്യങ്ങളിലും ഫീച്ചറുകളിലും അവതരിപ്പിക്കുന്നത്. മറ്റേതെങ്കിലും മതത്തിലെ സർവ്വ ശ്രേഷ്ഠനായ ഒരു ഇതിഹാസനായകനെ വർഷങ്ങളായി ഇങ്ങനെ ഒരു ഹാസ്യ കഥാപാത്രമായി അവതരിപ്പിക്കുവാൻ ജീവനിൽ ഭയമുള്ള ആരെങ്കിലും ധൈര്യപ്പെടുമോ? സൂര്യനു താഴെയുള്ള സമസ്ത കൊള്ളരുതായ്മകളും ദിനംതോറും പെരുകി വരുമ്പോഴും യാതൊരു ഉളുപ്പുമില്ലാതെ "ദൈവത്തിന്റെ സ്വന്തം നാട്" എന്നു പറഞ്ഞു ഞെളിയുന്ന മലയാളിയുടെ നാണമില്ലായ്മയുടെ മകുടോദാഹരണമാണ് സത്യത്തിൽ കേരളത്തിന്റെ "ബ്രാൻഡ് അംബാസഡർ" ആകേണ്ട പുണ്യശ്ലോകനായ മഹാബലി ചക്രവർത്തിയുടെ വികൃതമായ ചിത്രീകരണം.

നാണക്കേടുകൾ ഇനിയും ധാരാളം. പരമ്പരാഗതമായി ഓണത്തിന്റെ ഭാഗമായ സകലകലാകായിക രൂപങ്ങളും ഒന്നൊഴിയാതെ, അസഹ്യമായ ആവർത്തനവിരസതയോടെ, അവതരിപ്പിക്കാൻ ചാനലുകൾ ഒരുതരം വൈരാഗ്യ ബുദ്ധിയോടെ മത്സരിക്കുന്നു. പത്തുമുപ്പതു കൊല്ലമായി നാം കാണുന്ന വള്ളംകളി മത്സരങ്ങളും കേൾക്കുന്ന വഞ്ചി

പ്പാട്ടുകളും യാതൊരു പുതുമയുമില്ലാതെ തുടരുന്നു. തിരുവാതിര ക്കളിയുടെയും കുമ്മിയുടെയും കഥയാണു പരമദയനീയം. സ്ഥൂലശരീരിണികളായ മദ്ധ്യവയസ്കകൾ 'ഇനിയൊരങ്കത്തിനും ബാല്യമുണ്ട്' എന്ന് ആവേശപൂർവ്വം പ്രഖ്യാപിക്കുന്ന മട്ടിൽ എത്ത്നിക്ക് വേഷമായ ഒന്നരയും മുണ്ടുമണിഞ്ഞ്, വിലനിലവാരമനുസരിച്ചു മുല്ലപ്പൂവോ പിച്ചിപ്പൂവോ സമൃദ്ധമായിത്തന്നെ ചൂടി, ഏറിവരുന്ന പ്രായത്തോടും വണ്ണത്തോടും ഒരുപോലെ മല്ലിട്ടുകൊണ്ട് "പങ്കജാക്ഷൻ കടൽവർണ്ണ"നും "പാർവ്വണേന്ദുമുഖി പാർവ്വതി"യും പാടി വളഞ്ഞും പിരിഞ്ഞും ഒടിഞ്ഞും മടങ്ങിയും ചുവടുവയ്ക്കുന്ന അത്ര വളരെ ആകർഷകമല്ലാത്ത ദൃശ്യം, ചാനൽ വാർത്തകൾക്കിടയിലുള്ള ഇടവേളകളുടെയും ഇടവേളകളെ ദുഃസ്സഹമാക്കുന്ന പരമബോറൻ പരസ്യങ്ങളുടെയും അനിവാര്യതയോടെ ആണ്ടുതോറും നമ്മെ പീഡിപ്പിക്കുന്നു. കുമ്മിയുടെ കഥ കുറേക്കൂടി ദയനീയമാണ്. ദ്രുതവും ചടുലവുമായ താളവും ചലനവുമാണു കുമ്മിയുടെ ആത്മാവ്. അതുകൊണ്ടുതന്നെ കേട്ടു മടുത്ത "വീര വിരാട കുമാര വിഭോ" പാടി ചാടിത്തുള്ളുന്ന വൃദ്ധാംഗനമാർ കുറേക്കൂടി അനുകമ്പാർഹരാകുന്നു. തുമ്പിതുള്ളലും കൈകൊട്ടിക്കളിയും തൈെവ, മന്ത്രവാദവും മാട്ടുമാരണവും ഒടിവിദ്യയും ഓണത്തല്ലും മറ്റു തനതു കലാരൂപങ്ങളും ഒട്ടും വൈകാതെ ഓണം സ്പെഷലിന്റെ ഭാഗമായി നമുക്കു കാണാനാവുമെന്നു പ്രതീക്ഷിക്കാം. ചാനൽ കേന്ദ്രീകൃതമായ ഓണാഘോഷങ്ങളുടെ അനിവാര്യമായ ഭാഗമാണു സിനിമ, തികച്ചും സ്വാഭാവികമായിത്തന്നെ. ഇലക്ട്രോണിക് മാധ്യമങ്ങളുടെ ശക്തമായ കടന്നുകയറ്റത്തിനുശേഷവും ശരാശരി മലയാളിയുടെ ജീവിതത്തിന്റെ ഒഴിവാക്കാനാവാത്ത അംശമാണല്ലോ സിനിമ. എന്നേ നാഷണൽ ഫിലിം ആർക്കൈവ്സിലെ തമോഗർത്തങ്ങളിൽ ഉപേക്ഷിക്കേണ്ട അറുപഴഞ്ചൻ, അറുമുഷിപ്പൻ ചിത്രങ്ങൾ ഓണക്കാലത്തു പണപ്പിരിവുകാരുടെ ബാഹുല്യത്തോടും അനിരോധ്യതയോടും അസഹ്യതയോടും കൂടി നിസ്സഹായനായ പ്രേക്ഷകനെ ആക്രമിക്കുന്നു. കുറേക്കൂടി ദുസ്സഹമായ മറ്റൊരു ബാധയുണ്ട്. വിശേഷിച്ചു തൊഴിലൊന്നുമില്ലാത്ത, ചുളുവിൽ കിട്ടുന്ന പബ്ലിസിറ്റിക്കുവേണ്ടി ചാനലുകളുടെ ക്ഷണം കിട്ടുന്ന മാത്രയിൽ ആവേശത്തോടെ ചാടിവീഴുന്ന പുതുമുഖനടികളുടെ പുന്നാരങ്ങളും കിന്നാരങ്ങളുമാണ്. അഭിനവ നർഗ്ഗീസോ നൂതനോ മീനാകുമാരിയോ ആണെന്ന ഭാവമാണ് ഓരോ കുമാരിക്കും. പുതുമുഖം രതിശ്രീയും പുതുമുഖം വാത്സ്യായനയുംകൂടി നടത്തുന്ന പരമബോറൻ വാചകമടികളെ അസഹ്യതയുടെ ഉച്ചകോടിയിലെത്തിക്കുന്നത് മിനിറ്റിനുമിനിറ്റിന് ഏറ്റും തോറ്റും പ്രയോഗിക്കുന്ന പൊട്ടിച്ചിരി എന്ന അശ്ലീല പ്രകടനമാണ്. ഇ വി യുടെയോ വി കെ എന്നിന്റെയോ എന്തോ തകർപ്പൻ ഫലിതം അനുസ്മരിച്ച് ഉള്ളുതുറന്നു പൊട്ടിച്ചിരിക്കുന്ന മട്ടിലാണ് ചെല്ലക്കിളികൾ സ്വയം തുടക്കമിടുന്ന അറുവഷളൻ വിഡ്ഢിച്ചിരി അവതരിപ്പിക്കുന്നത്. "വൾഗർ" എന്ന വിശേഷണത്തിനു പുതിയ അർത്ഥതലങ്ങൾ നല്കുന്ന

രീതിയിലുള്ള ഇവരുടെ "റിയാലിറ്റി ഷോ"കൾ ഓണക്കാലത്തു വരുത്തിക്കൂട്ടുന്ന സാംസ്കാരിക മലിനീകരണം ഓരോ വർഷവും വർദ്ധിച്ചു വരുന്നു.

പഞ്ചായത്തുമെമ്പറും ചുമ്മാ സാഹിത്യകാരനും ചെറുകിട സാംസ്കാരിക നായകനും മുതൽ പേരും പെരുമയുള്ളവർ വരെ മുടങ്ങാതെ ഓണക്കാലത്തു നടത്തുന്ന ഒരഭ്യാസമാണ് 'ഓണം അന്നും ഇന്നും' എന്ന അറുമുഷിപ്പൻ അനുസ്മരണം. യുവകവി വിളക്കുപാര വിമലനായാലും വൃദ്ധകവി കാട്ടായിക്കോണം വേലുപ്പിള്ള ആയാലും ഈ പരമബോറൻ താരതമ്യപഠനം കനച്ച ഉപ്പേരിയേയും വളിച്ച സാമ്പാറിനേയുംകാൾ അരോചകമായി അനുഭവപ്പെടുന്നു. പത്തുമുപ്പതുകൊല്ലമായി യാതൊരു പുതുമയുമില്ലാതെ ഒരു നയപ്രഖ്യാപന പ്രസംഗത്തിന്റെ ആവർത്തന വിരസതയോടെ യാന്ത്രികമായി നടത്തപ്പെടുന്ന സർക്കാർ വക സാംസ്കാരിക ഘോഷയാത്രയാണ് മറ്റൊരു വൈരസ്യം.

ദോഷം പറയരുതല്ലോ. കേരളത്തിന്റെ സാംസ്കാരിക പൈതൃകമായ ഓണത്തിനോട് മലയാളി അവന്റെ ബഹുമാനം ഏറ്റവും കൂടുതൽ പ്രകടിപ്പിക്കുന്നത് ഓണം നാലുദിവസവും നടത്തുന്ന അഖണ്ഡ മദ്യപാന മഹോത്സവം വഴിയാകുന്നു. സർക്കാരിന്റെ സ്വന്തം ബിവറേജസ് കോർപ്പറേഷൻ ഉത്രാടത്തിൻ നാൾ ഒറ്റ ദിവസം മാത്രം നാല്പതു കോടി രൂപയുടെ സൂപ്പർ കച്ചവടം നടത്തുന്നു. കുറ്റം പറയാനൊക്കുമോ? തിരുവോണദിവസം കടയടപ്പാണ്. കഴിഞ്ഞവർഷം മലയാളി ക്രിസ്തുദേവന്റെ തിരുപ്പിറവി ആഘോഷിച്ചത് മുപ്പതു കോടി രൂപയുടെ മദ്യം വിഴുങ്ങിയാണ്. ശരിയായ മതേതരത്തം! ദിവസം പത്തു കോടി രൂപയുടെ മദ്യം അകത്താക്കുന്ന ദൈവത്തിന്റെ സ്വന്തം നാട്ടുകാർ ഇക്കാര്യത്തിൽ മറ്റെല്ലാ സംസ്ഥാനങ്ങളിലെയും ജനങ്ങൾക്ക് മുമ്പിലാണ്. മഹാബലി തിരുമേനിയെ ആവേശപൂർവ്വം എതിരേല്ക്കാൻ ശതകോടിക്കണക്കിനു രൂപയുടെ ബിസിനസ് നടത്തുന്ന വ്യാജമാഫിയയും കൂട്ടിനുണ്ട്. ഒരു പൊന്നോണക്കാലത്തു വൈപ്പിൻ മദ്യദുരന്തത്തിൽ ഈച്ചകളെപ്പോലെ ചത്തൊടുങ്ങിയവരെ ഇന്ന് ആരോർക്കുന്നു?

പറയാതെ വയ്യ. ശരാശരി മലയാളിയുടെ നിർല്ലജ്ജതയുടെ, കപടസദാചാരത്തിന്റെ, അത്യാഗ്രഹത്തിന്റെ, സ്വാർത്ഥതയുടെ വികൃതമുഖമല്ലേ ഓണാഘോഷത്തിന്റെ ബഹളത്തിനിടയിൽ ഇടയ്ക്കിടെ പ്രത്യക്ഷപ്പെടുന്നത്?

നിത്യഹരിതനായകർ

കെ എസ് യു സംസ്ഥാന സമ്മേളനത്തിൽ, അരിശം ചൊടിച്ച പയ്യൻസ് പ്രമേയം പാസാക്കി;

'വൈദ്യശാസ്ത്രം പരാജയപ്പെട്ട് മരണത്തിനു കീഴടങ്ങിയാൽ മാത്രമേ പുതിയ തലമുറയ്ക്ക് അധികാരവും അവസരവും കൈമാറൂ എന്ന വാശി നേതാക്കൾ വെടിയണം.'

മുതിർന്ന സംസ്ഥാനമന്ത്രി ആര്യാടൻ മുഹമ്മദ് ശക്തമായി പിന്താങ്ങി; .

"നൂറിലേക്കു കടക്കുമ്പോഴും മന്ത്രിയാകാൻ ശ്രമിക്കുന്നവർ നമ്മുടെ സംസ്ഥാനത്തുണ്ട്."

ഒരു പഴയ കഥ ഓർത്തു.

സൂപ്പർ ഗാന്ധിയൻ, സ്വാതന്ത്ര്യസമര മുന്നണിപ്പടയാളി, മുൻ കേന്ദ്രമന്ത്രി, പോരാ, മുൻ ആക്ടിങ് പ്രധാനമന്ത്രി (ഏക് ദിൻ കാ സുൽത്താൻ - നെഹ്റു അന്തരിച്ചപ്പോഴും ലാൽ ബഹാദൂർ ശാസ്ത്രി അന്തരിച്ചപ്പോഴും) മുൻ ആസൂത്രണക്കമ്മീഷൻ ഉപാദ്ധ്യക്ഷൻ, സദാചാര സമിതിയുടെ പ്രജാപതി, നൂൽബന്ധമില്ലാതെ നടക്കുന്ന ദിഗംബരസ്വാമിമാരുൾപ്പെട്ട ഭാരത് സാധുസമാജിന്റെ സ്ഥിരം രക്ഷാധികാരി, ഗുൽസാരിലാൽജി നന്ദാജി, ശതാബ്ദിയുടെ നിറവിൽ ആസന്നമരണ ചിന്താശതകം ചൊല്ലിക്കിടക്കുന്നു.

(ഊർദ്ധ്വൻ തന്നെ, ശ്വാസപരിശോധനാനന്തരം അഷ്ടവൈദ്യൻ മുസ്സു വിധിച്ചു. മൃത്യും യാതി ന സംശയ: ഇതി വാഗ്ഭടഃ)

ബോധോം പൊക്കണോം എമ്പണ്ടേ നഷ്ടപ്പെട്ടിരിക്കുന്നു. ബന്ധുമിത്രാദികൾ പരമ്പരാഗതശൈലിയിൽ നാട്ടുനടപ്പനുസരിച്ച് ആണും പെണ്ണും രണ്ടുവരിയായിരുന്നു രഘുപതിരാഘവയും വൈഷ്ണ

വജനതോയും ആലപിക്കുന്നു. ഏതു സമയവും ചന്ദനവിറകും രാമച്ചവും കർപ്പൂരവും വേണ്ടിവന്നേക്കാം എന്നതിനാൽ ടി വഹകളും കിലോക്കണക്കിനു "ശുദ്ധ് ഘി" എന്നു ഗോസായി വിളിക്കുന്ന ഒന്നാന്തരം പശുവിൻ നെയ്യും എപ്പഴേ തയ്യാറായിരിക്കുന്നു. കുടുമ്മിക്കാർ, പുരോഹിതന്മാർ മൂക്കുമുട്ടെ പൂരിയും ചപ്പാത്തിയും ദാലും സബ്ജിയും ചനായും ആലൂഗോബിയും നാഴൂരിക്കിണ്ടിക്ക് ഓരോ കിണ്ടി കുറുകുറെ കാച്ചിയ പശുവിൻപാലും തട്ടി, മുറുക്കിത്തുപ്പി യഥാവിധി പരിസരമലിനീകരണം നടത്തി, ഏമ്പക്കങ്ങൾ വലുതും ചെറുതും ഇടത്തരവും വിട്ട് കാത്തിരിക്കുന്നു. കളക്ടനും കപ്താൻ, സാഹേബ് എന്നു ഗോസായി വിളിക്കുന്ന പൊലീസേമാനും ദുഃഖം നിറഞ്ഞ മുഖഭാവത്തോടെ ആവശ്യമില്ലെങ്കിലും ഓടിനടക്കുന്നു. കുശുകുശുക്കുന്നു. ഒച്ചതാഴ്ത്തി ഹുക്കുമുകൾ നല്കുന്നു. ഗാന്ധിത്തൊപ്പിക്കാർ കുടവയറന്മാരും പാടുപെട്ടു മുഖത്തു ശോകദാവം വരുത്തി കൂട്ടംകുടിനില്ക്കുന്നു. വിഡിയോ ക്യാമറകളും ഫ്ളാഷുകളും വെളിച്ചം ചൊരിയുന്നു. ബൈറ്റുകളെടുക്കാൻ മൈക്രോഫോണുമായി ചാനൽ പിള്ളേർ ഓടിനടന്ന് ദേശ്കേ നേതാക്കളെ അലട്ടുന്നു.

ഇതിനിടെ, കേരളത്തിൽനിന്നും ഒരു സമുന്നത നേതാവ് നന്ദാജിയെ സന്ദർശിച്ച് ആദരാഞ്ജലിയർപ്പിക്കാനെത്തുന്നു. കുശലം പൃച്ഛിക്കുന്നു. കാൽ തൊട്ടുതൊഴുന്നു. പ്രതികരണം നാസ്തി വെട്ടിയിട്ടമരുന്നപോലെ ഒരു കിടപ്പ്. അനക്കമില്ല. കണ്ണുതുറക്കുന്നതുപോലുമില്ല. ശ്വാസം വലി മാത്രമുണ്ട്.

നേതാവ് വികാരഭരിതനായി. തൊണ്ടയിടറി. സാമാന്യം ഉച്ചത്തിൽ യാത്രാമൊഴി ചൊല്ലി. മാധ്യമന്മാർ കുറിച്ചെടുത്തു മഹദ്വചനം.

"ഇനിയും അനേകവർഷം അങ്ങയുടെ സേവനം ഭാരതത്തിനു ലഭിക്കാൻ ഭാഗ്യമുണ്ടാകട്ടെ."

അരനാഴികയ്ക്കകം നന്ദാജി സിദ്ധികൂടി.

* * * * * *

പണ്ടു പണ്ട് നമ്മുടെ ഒരു ആരോഗ്യമന്ത്രിക്ക് വിധി വൈഭവത്താൽ അനാരോഗ്യം വന്നുകൂടി. വിദ്യാർത്ഥി നേതാവായിരുന്നപ്പോൾ മുതൽ ഉപ്രദവിച്ചുകൊണ്ടിരുന്ന അർശ്ശസ്, നാടൻഭാഷയിൽ, അങ്ങു കേറി ക്ഷാപിച്ചു കളഞ്ഞു. മന്ത്രി മെഡിക്കൽ കോളേജിൽ വി വി ഐ പി വാർഡിൽ പ്രവേശിച്ചു. ജ്യോത്സ്യന്മാരുടെ ഒരു പാനലിനോടു ചോദിച്ച് ശാസ്ത്രിയയ്ക്ക് നാളും നേരവും നിശ്ചയിച്ചു.

ഡി–ഡേ സമാഗതമായി. മന്ത്രി മ്ലാനമുഖനായി, ഭയകാതരനായി ഭാര്യയോടും പിറുങ്ങിണികളോടും സഹമന്ത്രിമാരോടും പാർട്ടി ചെയർമാനോടും എം പിയോടും എം എൽ എമാരോടും ജില്ലാ പഞ്ചായത്തന്മാരോടും സാദാ പഞ്ചായത്തന്മാരോടും കുട്ടിപ്പട്ടാളത്തോടും പെഴ്സണൽ സ്റ്റാഫിനോടും യാത്ര വഴങ്ങി, കശാപ്പുശാലയിലേക്കു വലിച്ചിഴയ്ക്കപ്പെടുന്ന ഒരു കിഴവൻ അന്യസംസ്ഥാന പോത്തിനെപ്പോലെ ഓപ്പറേഷൻ

തിയേറ്ററിലേക്ക് ട്രോളിയിൽ യാത്രയായി. പി എ മാർ ഭക്തിപൂർവ്വം ട്രോളി തള്ളി. ടേബിളിൽ മലർന്നുകിടന്നയുടൻ മന്ത്രി സർജറി പ്രൊഫസർ മധുമോഹനോടു ചോദിച്ചു:

"മയക്കാൻ മരുന്നു തരുന്നില്യോടോ? അതോ എല്ലാരുംകൂടെ എന്റെ അരിയസ്സു പച്ചയ്ക്കു വലിച്ചുകീറാൻ പോവുകാന്നോ?

"വേണ്ട സർ. ഒരു ലോക്കൽ മതി." ഭവ്യതയോടെ പച്ചക്കുപ്പായക്കാരൻ (എൻ ബി ഈ പച്ചയിൽ യാതൊരു രാഷ്ട്രീയവുമില്ല) സുശ്രുതൻ ജി മറുപടി പറഞ്ഞു.

മന്ത്രിയുടെ മുഖഭാവം മാറി. മന്ത്രി വെള്ളിനേഴി നാണ്വാരായി മാറി. രൗദ്രഭീമൻ അലറി:

"ലോക്കലോ! ഫ്! ആർക്കു വേണമെടോ തന്റെ ലോക്കൽ? വല്ല വേറ്റിക്കോണത്തോ വഴയിലയോ വെള്ളറടയോ തല്ലിക്കൂട്ടിയതാരിക്കും. കൊണ്ടുകളയെടോ! തല്ലിപ്പൊളി. ഒരു പ്രൊഫസർ! തന്നെയൊക്കെ വെച്ചുനടത്തുന്ന എന്നെപ്പറയണം! ലോക്കലുപോലും! ഫോറിൻ ഒണ്ടേൽ കൊണ്ടുവാടോ ഡോക്കുറേ മിഴിച്ചുനില്ക്കാതെ!'

* * * * *

നിര്യാതരായവരുടെ പംക്തിയിൽ നിന്ന്:

"വെടിവച്ചാൻ കോവിൽ: വയൽ നികത്തിയ വാറുവിളാകത്തു കുഞ്ചുവീട്ടിൽ പരേതനായ അപ്പിപ്പിള്ളയുടെ പത്നി പങ്കിയമ്മ (106) അന്തരിച്ചു."

തുടർന്നു പരേതയുടെ പതിനാലു മക്കൾ (ഭൂരിഭാഗവും പരേതർ), മരുമക്കൾ, കൊച്ചുമക്കൾ, അവരുടെ പിറുങ്ങിണികൾ, പിറുപിറുങ്ങിണികൾ, ടി പടയുടെ ഉദ്യോഗപ്പേരും സ്ഥലങ്ങളും ഇത്യാദി, സുദീർഘമായ പേരുവിവരം പട്ടിക. സഞ്ചയനം ഞായറാഴ്ച (അതെപ്പോഴും അങ്ങനെ വേണമല്ലോ. ഇഡ്ഡലിയും സാമ്പാറും വടയും രസകദളിപ്പഴവും കേസരിയും ചായ-കാപ്പികളും അടപ്രഥമനും സുഭിക്ഷമായി ത്തന്നെ നാട്ടുകാർ വൃകോദരന്മാർക്ക് ആസ്വദിക്കണമല്ലോ.)

നാം ആലോചിക്കുന്നു. പങ്കിയക്കൻ ഭാഗ്യവതി. മൂലഭൂപന്റെ കാലത്തു ഭൂജാതയായി. നിലത്തെഴുത്ത്, എഞ്ചുവടി, സർവ്വശിക്ഷാ അഭിയാൻ, പ്ളസ് ടു, മൈനസ് ടു, സ്വാശ്രയം, നിരാശ്രയം., പരാശ്രയം തുടങ്ങിയ യാതൊരു ദുരിതങ്ങളും അനുഭവിക്കാതെ വളർന്നു. നാട്ടിൻപുറം നന്മകളാൽ സമൃദ്ധമായിരുന്ന, ആ നല്ല, പഴയ കാലം. പങ്കിയക്കന് യഥാകാലം കാതുകുത്തി. അക്കൻ യഥാകാലം വയസ്സറിയിച്ചു. നമ്പിയാരാശാൻ വാചാലമായി പറഞ്ഞുവച്ചതുപോലെ.

പല വടിവും വന്നു ചമഞ്ഞു,
തലമുടിയും വന്നു തികഞ്ഞു,
മുലയിണയും മാറു കവിഞ്ഞു,
(പങ്കിയക്കൻ ടോപ്‌ലെസ് തന്നെ, സംശയമില്ല)
മലർശരനും മെല്ലെയണഞ്ഞു.

പതിനാലോ പതിനഞ്ചോ വയസ്സുള്ളപ്പോൾ അപ്പിപ്പിള്ളയണ്ണനുമായി പെടപെട, തുടർന്ന് വഴിയാംവണ്ണം നാട്ടുനടപ്പനുസരിച്ച് അഖണ്ഡ സന്താനോല്പാദനയജ്ഞം; നൂറ്റാറു സമ്മത്സരം കാലത്തിനുമുമ്പേ നടന്ന്'', ടൺകണക്കിന് ചാറുകൾ, പരിപ്പുകൾ, സാമ്പാറുകൾ, വോലനുകൾ, അവിയലുകൾ, ത്വാരനുകൾ, പപ്പടങ്ങൾ, ഉപ്പേരികൾ, പാലടകൾ, സ്യാമിയാകൾ, ബ്വാളികൾ ഇത്യാദിവഹകൾ വിസ്തരിച്ച്, രുചിയറിഞ്ഞ്, ഏമ്പക്കംവിട്ട് ഭക്ഷിച്ചു. പപ്പനാവസ്സാമിയെ അല്പശി ഉത്സവത്തിനും പൈങ്കുനി ഉത്സവത്തിനും മുടങ്ങാതെ തൊഴുതു. പള്ളിവേട്ടകളും ആറാട്ടുകളും അനവധി കണ്ടു. ആറ്റുകാലയമ്മയ്ക്കു മുടങ്ങാതെ പൊങ്കാലയിട്ടു. യാതൊരു ശീലായ്മയും കൂടാതെ, ജാതകവശാൽ അമിതായുർയോഗക്കാരിയായി നൂറ്റാറുകൊല്ലം പിന്നിട്ടു. വെമ്പാകം രാമയ്യങ്കാരും വെള്ളി മീശ രാമരായരും മുതൽ ഉമ്മൻ ചാണ്ടി സാർ വരെയുള്ള രാജ്യകാര്യധുരന്ധരന്മാരുടെ ഭരണത്തിന്റെ രുചിയറിഞ്ഞു. ഒരിക്കൽപ്പോലും കറ്റച്ചക്കോണത്തിനു വടക്കോട്ടുപോകാതെ മാനംമര്യാദയായി അങ്ങു ചരമിച്ചു. തഥാസ്തു.

പരാതി ഒന്നേ ഉള്ളൂ.

ചരമവാർത്തയോടു കൂടെ ചേർത്തിരിക്കുന്ന കഥാപുരുഷിയുടെ പോട്ടം തൊണ്ണൂറു കൊല്ലം മുമ്പെങ്കിലും ജന്മമെടുത്ത ഒരു പുരാവസ്തുവാകുന്നു.

പങ്കിയക്കൻ നവയൗവനം വന്നു നാൾതോറും വളരുന്ന കാലത്തെടുത്തത്.

ആറാട്ടു കാണാനോ മറ്റോ തിരുവോന്തരത്തു വന്നപ്പോൾ തുന്നപ്പാണൻ തന്തമൂപ്പിൽ ആതിച്ചപ്പിള്ളയെ നിർബ്ബന്ധിച്ച് കുന്നുകുഴിക്കാരൻ ഡിക്രൂസ് സായിപ്പിന്റെ സ്റ്റുഡിയോയിലെ മുക്കാലി ക്യാമറയുടെ മുമ്പിൽ ലജ്ജാവതീലതയായി ഇരുന്ന്, അരരൂപകളു കൊടുത്ത് എടുപ്പിച്ചാതകണം. (തിരുവിതാംകൂറിലെ ആദ്യത്തെ പോട്ടംപിടിത്തക്കാരൻ ഡിക്രൂസ് സായിപ്പത്രെ!)

'പങ്കിയമ്മേരെ ചരമവാർത്തയുടെ കൂടെ, ഈ മ്യയാപ്പ്' (കടപ്പാട്: എൻ പി ചെല്ലപ്പൻനായർ) തന്നെ കൊടുത്ത 'ന്യൂജൻ' കൊച്ചുകൊച്ചുമോന്റെ നർമ്മബോധത്തെ അഭിനന്ദിക്കാതെ വയ്യാ!

കുഴിമന്തികളുടെ രമണിയും വിരലും

ഇന്ത്യയിലെ ആദ്യത്തെ വനിതാ ഗവർണർ ആരെന്ന പി എസ് സി ചോദ്യത്തിന് പണ്ടൊരിക്കൽ ഒരു പഹയൻ ഉത്തരമെഴുതിക്കളഞ്ഞത്രെ, വി വി ഗിരി എന്ന്. അന്നക്കുട്ടി, അമ്മിണിക്കുട്ടി, പാർവ്വതി, ഉണ്ണൂനീലി ഇതൊക്കെപ്പോലെ ഇക്കാര്യത്തിൽ അവസാനിക്കുന്ന രാജ്യപാൽ നാമധേയൻ ഗിരി മാത്രമേ ഉള്ളൂ. പിന്നെ സംശയിക്കാനെന്തിരിക്കുന്നു? വച്ചു കാച്ചിക്കൊടുത്തു, ആദ്യത്തെ വനിതാ ഗവർണർ വി വി ഗിരിതന്നെ! (നമ്മുടെ പ്രഭാകരൻ പഴശ്ശിയെയും പവിത്രൻ തീക്കുനിയെയും പുരുഷൻ കടലുണ്ടിയെയും ഇവൻ സ്ത്രീലിംഗവല്ക്കരിച്ചേനെ! ഇട്ടി, മാണി, ചാണ്ടി, കോശി ഇത്യാദി ഇകാരാന്തന്മാരും സൂക്ഷിക്കേണ്ടിയിരിക്കുന്നു)

പണ്ട് ഹൂണൻ മഹാകവി ചോദിച്ചു "ഒരു പേരിലെന്തിരിക്കുന്നു? പനിനീർപ്പൂവിന്റെ പേരുമാറ്റിയാലും അതിന്റെ സൗരഭ്യം കുറയുമോ?"

കുറയുകയില്ല കവേ, സമ്മതിച്ചു. പക്ഷേ, ഒരു, കാര്യം- പനിനീർ പ്പൂവിന് ജീവനില്ല. അതിനെ തീട്ടപ്പരുമലം എന്നോ ശവംനാറി എന്നോ വിളിച്ചാലും സിവിലായും ക്രിമിനലായും വ്യവഹാരവും തന്മൂലം വിളിക്കുന്നവൻ മാനഹാനിയും ദ്രവ്യനഷ്ടവും ബന്ധനവും വന്നുകൂടും എന്നു ഭയപ്പെടേണ്ടതില്ല. ജീവിച്ചിരിക്കുന്നവരുടെ കാര്യം അങ്ങനെ യല്ലല്ലോ. നിവിൻപോളിയെ കുഞ്ഞിക്കണാരാ എന്നോ ടൊവിനോ തോമസിനെ ഇമ്പിച്ചിക്കോയ എന്നോ വിളിച്ചാൽ ഫാൻസ് അസോസി യേഷൻകാർ ഉയിരോടെ നിർത്തിപ്പൊരിച്ചുകളയത്തില്ലേ? ഒന്നാലോചി ച്ചാൽ പയ്യൻസിനോട് പരിഭവിച്ചിട്ടു കാര്യമില്ല. ഒരു വസ്തു എത്ര ആകർഷകമായാലും അതിന് അത്യന്തം നികൃഷ്ടമായ ഒരു പേരാണു ള്ളതെങ്കിൽ നമുക്ക് തോന്നുന്നത് വെറുപ്പോ അറപ്പോ ആയിരിക്കും. ഒരു ഉദാഹരണം പറയട്ടെ. കൊച്ചിയിൽനിന്ന് തിരുവനന്തപുരത്തേക്ക്

ദേശീയപാതയിൽക്കൂടി ഈയിടെ യാത്ര ചെയ്യവേ ഒട്ടനവധി അസസ്യഹോട്ടലുകളുടെ മുമ്പിൽ 'കുഴിമന്തി' എന്നു വർണ്ണശബളമായ ബോർഡു കണ്ടു. ഏതോ വിശിഷ്ടഭോജ്യമെന്ന് ഊഹിച്ചു. 'നമ്മുടെ ബിരിയാണീന്റെ കസിനാ മാഷേ, സൂപ്പർ!' എന്നൊരു വിദഗ്ദ്ധൻ പറഞ്ഞുതന്നു. പക്ഷേ, ആ പേര്! അത് കേൾക്കുമ്പോൾത്തന്നെ എം കൃഷ്ണൻ നായർ സാർ പണ്ടു പറഞ്ഞിരുന്നതുപോലെ 'വമനേച്ഛ' ഉണ്ടാകുന്നു. കാരണം മറ്റൊന്നുമല്ല. മന്ത്രി എന്നാൽ കരിക്കുരങ്ങ്. ഈശ്വര സൃഷ്ടിയിൽ ഏറ്റവും ജുഗുപ്സാജനകമായ, പ്രേക്ഷകനിൽ അറപ്പും വെറുപ്പും ഉളവാക്കുന്ന ഒരു ജന്തു, അതിവിശിഷ്ട ഭക്ഷണത്തിന് നല്കിയിരിക്കുന്നത് അതിനികൃഷ്ടമായ പേര്! ഒരു പേരിലെന്തിരിക്കുന്നു പോലും! പൊന്നു സായിപ്പേ! താൻ കുഴിമന്തി എന്ന പേര് കേട്ടിരുന്നെങ്കിൽ ഇത്തരം വിവരംകെട്ട ചോദ്യം ചോദിക്കുമായിരുന്നില്ല, മൂന്നുതരം! (ഈ പേരിന്റെ നിരുക്തി പല കുഴിമന്തി ബഫ്ഫുകളോടും ചോദിച്ചു. കുഴിമന്തി കോലത്തുനാട്ടിൽനിന്നും എഴുന്നള്ളിയതാണ്. പേരും തത്രനിന്നു തന്നെവന്നു എന്നുമാത്രമേ അവർക്കും അറിയൂ)

ഇതുപോലെ ദുരൂഹമായ ഒരു പേരാകുന്നു ഷവർമ്മ. ടിയാൻ അറബിനാട്ടിൽ നിന്നുവന്നവനാണത്രെ. പേരും അറബി. നമ്മൾ മണ്ടൂസന്മാർ ഷവർമ്മ എന്നു കേൾക്കുമ്പോൾ വിചാരിക്കുക ഗോദവർമ്മ, രാമവർമ്മ, കേരളവർമ്മ എന്നൊക്കെപ്പറയുന്നതുപോലെ ഏതോ വർമ്മ- ചെമ്പ്റോൽ കൊട്ടാരത്തിലെയോ പാലിയേക്കര കൊട്ടാരത്തിലെയോ മണ്ണൂർമഠം കൊട്ടാരത്തിലെയോ പരമ യോഗ്യനായ ഒരു തമ്പുരാൻ എന്നാകുന്നു. ധാരണ അമ്പേ അബദ്ധമാണെന്നും ഒനും മാംസാധിഷ്ഠിതനായ ഒരു ഭോജ്യനാകുന്നു എന്നും വഴിയേ മനസ്സിലാകും, അത്രതന്നെ!

പേരുകളുടെ ഉച്ചാരണവും ഏറ്റവും പ്രധാനമാകുന്നു. പഴയ പ്രധാനമന്ത്രിയുടെ പേര് മൊറാർജി ദേശായി എന്നാണെഴുതുന്നതെങ്കിലും ദേസായി എന്നാണ് ഉച്ചരിക്കേണ്ടതെന്ന് എത്ര പേർക്കറിയാം? ഷാ, ആഷർ തുടങ്ങിയ ഗുജറാത്തി ഉപനാമങ്ങൾ സാ, ആസർ എന്നാണ് ടിയാന്മാർ ഉച്ചരിക്കുന്നത്. ഉച്ചാരണത്തിൽ ശകാരഷകാരങ്ങൾ ഗുജറാത്തിയിൽ പ്രായേണ സകാരമായി മാറുന്നതാവാം ഇതിന് കാരണം. (ഇംഗ്ലണ്ടിൽ ഉപരിപഠനം നടത്തിയ, എന്റെ സുഹൃത്തായ ഒരു ഗുജറാത്തി പ്രൊഫസർ, കുപ്പായം മോഷണം പോയപ്പോൾ 'ഐഹാഡ് പുട്ട് മൈ സർട്ട് ഇൻ ദ വാസിങ് മസീൻ' എന്ന് വിലപിച്ചതോർക്കുന്നു)

ബംഗാളിയിൽ കഥ നേരെ മറിച്ചാണ്. അവിടെ ശകാരസകാരങ്ങൾ ഷകാരമായി മാറുന്നു. രൊബീന്ദ്ര ഷൊംഗീത്, ബിധാൻ ഷൊരണി, അഷൊനി ഷൊങ്കേത് ഇവയൊക്കെ ഉദാഹരണം. സായിപ്പിന്റെ കാലത്ത് നിലവിലിരുന്ന ദേശീയ ഗാനം "ഗോഡ് ഷേവ് ദ ക്വീൻ" എന്ന് ഒരു രാജഭക്തൻ ബംഗാളി ബാബു തൊണ്ട തുറന്ന് ആലപിച്ചതായി കേട്ടിട്ടുണ്ട്. (വിക്ടോറിയാ ചക്രവർത്തിനി തിരുമനസ്സുകൊണ്ട് അത്ര വളരെ സ്വീകാര്യമല്ലാത്ത ഈ ആശംസ കേട്ടോ എന്നും തിരുവുള്ളത്തിൽ

എന്തുതോന്നി എന്നും മറ്റും ചരിത്രം രേഖപ്പെടുത്തിക്കാണുന്നില്ല.)

ഇപ്പോൾ ഇതൊക്കെ തോന്നാൻ കാരണം, മദ്രാസ് ഹൈക്കോടതി ചീഫ് ജസ്റ്റിസ് ആയിരിക്കെ മേഘാലയ ഹൈക്കോടതി ചീഫ് ജസ്റ്റിസ് ആയി സ്ഥലം മാറ്റപ്പെട്ട മാന്യ മഹിളയുടെ പേര് മാധ്യമങ്ങൾ ഒന്നൊഴി യാതെ തെറ്റായി ഉച്ചരിക്കുകയും എഴുതുകയും ചെയ്തു കണ്ടതാണ്. ഏറ്റവും വലിയ ഹൈക്കോടതിയിൽനിന്ന് – 55 ജഡ്ജിമാർ ഉള്ള – ഏറ്റവും ചെറിയ മൂന്നു ജഡ്ജിമാർ മാത്രമുള്ള ഹൈക്കോടതിയിലേക്ക് പ്രത്യക്ഷത്തിൽ യാതൊരു കാരണവുമില്ലാതെ സ്ഥലംമാറ്റിയ നടപടി പുനഃപരിശോധിക്കണമെന്നപേക്ഷിച്ചു സുപ്രീംകോടതി ചീഫ് ജസ്റ്റിസിന് അവർ നല്കിയ ഹർജി അദ്ദേഹം കൈയോടെ നിരസിച്ചു. അഭിമാനിനിയായ അവർ സ്വാഭാവികമായും രാജി സമർപ്പിച്ചു. ആ കഥ നില്ക്കട്ടെ അവരുടെ പേര് വിജയ കംലേശ് താഹിൽ രമണി എന്നാണ് സർവ്വത്ര എഴുതിക്കണ്ടത്– രമണി, ശ്രേഷ്ഠ ഭാഷയിൽ സർവ്വ സാധാരണമായ ഒരു പേര് ആകയാലാവണം. (ചോറ്റുപാത്രവും പുസ്തകവും കുടയുമായി പ്രത്യക്ഷപ്പെടുന്ന 'ദുഃഖപുത്രി'യായി രമണിക്കുട്ടി ടീച്ചർ– മിക്കവാറും വീൽച്ചെയർവാലി ആയിരിക്കും എഴുപതുകളിലെ മലയാള സിനിമയിൽ ഒരു സ്ഥിരം ദുരന്തകഥാപാത്രമായിരുന്നതോർക്കുന്നു. മിക്കവാറും സീമയും അപൂർവ്വമായി ശ്രീവിദ്യയും ആ കഥാപാത്രത്തെ അവതരിപ്പിച്ചിരുന്നു).

ശാഖാചംക്രമണം അവിടെ നില്ക്കട്ടെ പരിണാമഗുസ്തി ഇത്രയും മതി. ശരിയായ ഉച്ചാരണം അറിയാമോ? താഹിൽ രമാനി എന്നാണ്– രമണിക്കും രമണനുമൊന്നും ഒരു കാര്യവുമില്ല. 'ആനി' എന്നതു സിന്ധി പേരുകളുടെ സാധാരണമായ ഒരു "സഫിക്സ്" ആണ്. അംബാനി, അദാനി, അദ്വാനി, മോട്ട്വാനി, കൃപലാനി ഇവയിലെയൊക്കെപ്പോലെ.

ഇതുപോലെ ക്രൂരമായ മാധ്യമ പീഡനത്തിന് വിധേയമായ മറ്റൊരു പേരാണ് കേന്ദ്രസർക്കാരുമായുള്ള അഭിപ്രായ വ്യത്യാസത്തെത്തുടർന്ന് ഈയിടെ രാജിവച്ച റിസർവ്വ് ബാങ്ക് ഡെപ്യൂട്ടി ഗവർണർ വിരാട് ആചാര്യയുടേത്. അദ്ദേഹത്തിനെ സമസ്ത മാധ്യമൻ പിള്ളമാരും 'വിരൽ ആചാര്യ' എന്നാണ് പരാമർശിച്ചു കണ്ടത്–തള്ളവിരൽ, പെരുവിരൽ, ചൂണ്ടുവിരൽ, വിരലടയാളം എന്നൊക്കെപ്പറയുന്നതുപോലെ. ('വിരലൊന്നു മുട്ടിയാൽ പൊട്ടിച്ചിരിക്കുന്ന മണിവീണക്കമ്പികളേ' എന്ന ഭാസ്കരൻ മാസ്റ്ററുടെ മധുരമായ ഗാനം ഓർമ്മവരുന്നു) ഇവിടെ സംഗതി അല്പം സങ്കീർണ്ണമാണ്. ശരിയായ പേര്, ക്രിക്കറ്റ് മന്നൻ വിരാട് കോഹ്‌ലിയുടേതുപോലെ, 'വിരാട്' എന്നുതന്നെ (സംസ്കൃതത്തിലെ 'വിരാട്പുരുഷനെ' ഓർമ്മിക്കുക– 'വിശേഷേണ രാജ തി, ശോഭതേ ഇതി വിരാട്' എന്നു പഴയ ആശാന്മാർ പറഞ്ഞുതരും. ഏറ്റവും ശോഭിക്കുന്നത് എന്നർത്ഥം) മലയാളത്തിലാകുമ്പോൾ വിരാട് 'വിരാൾ' എന്നാകുന്നു. അത് സായിപ്പിന്റെ ലിപിയിൽ എഴുതുമ്പോൾ VIRAL എന്നാകുന്നു. ഈ ലിപിവിന്യാസമാണ് തെറ്റിദ്ധാരണ ഉണ്ടാക്കിയത്. പാവം ഡെപ്യൂട്ടി

ഗവർണറെ 'വിരൽ' ആക്കി ചുരുക്കിക്കളഞ്ഞത്, ഒന്നോർത്താൽ അദ്ദേഹം ഭാഗ്യവാനാണ്. പേര് വിവരദോഷികൾ 'വൈറൽ' എന്നാക്കിയില്ലല്ലോ. 'പെൺകുട്ടിയുടെ നഗ്നചിത്രം സമൂഹ മാധ്യമങ്ങളിൽ വൈറൽ ആയി' ഇത്യാദി ഇന്നു സുപരിചിതമായ പ്രയോഗങ്ങൾ സ്മരിക്കുക)

സർവ്വീസ് സംഘടനാ രംഗത്തെ പ്രമുഖനായ സുകോമൾ സെന്നിനെ അടുത്തകാലംവരെ ഇവിടത്തെ നേതാക്കന്മാർ വിളിച്ചിരുന്നത് 'സുകുമോൾ സെൻ' എന്നാണ് –ഷാബിമോൾ, ഷിറ്റി മോൾ ഇതൊക്കെപ്പോലെ ഒരു മോൾ! ബംഗാളി ബാബുവിന് ശ്രേഷ്ഠ ഭാഷ അറിയാതെ പോയത് അവരുടെ ഭാഗ്യം!

പിൻകുറിപ്പ്

മരടു ഫ്ളാറ്റുടമകളോട് അനുഭാവവും ആനുകൂല്യവും സഖ്യവും സാഹോദര്യവും പ്രഖ്യാപിക്കുവാൻ ഇതരകക്ഷി നേതാക്കൾക്ക് മുമ്പെ ഓടിയെത്തിയ ഒരു പ്രമുഖ നേതാവ് പ്രഖ്യാപിച്ചത്രെ– "ഫ്ളാറ്റുകൾ ഒരു മാസത്തിനകം പൊളിക്കണമെന്ന ജനവിരുദ്ധവും മൃഗീയവും പൈശാചികവുമായ ഉത്തരവു പുറപ്പെടുവിച്ച സുപ്രീംകോടതി ജഡ്ജി ഒരുനിമിഷം വൈകാതെ ജനങ്ങളോട് മാപ്പു പറഞ്ഞു ജനവിധി തേടണമെന്ന് ഞാൻ ആവശ്യപ്പെടുന്നു. ഇക്കാര്യത്തിൽ യാതൊരു അഴകൊഴമ്പൻ നയവും അംഗീകരിക്കാൻ ഞാനും എന്റെ പാർട്ടിയും തയ്യാറല്ല."

തീർന്നില്ല, അദ്ദേഹം ഒരിക്കൽക്കൂടി ശബ്ദമുയർത്തി; "ശബരിമല സ്ത്രീപ്രവേശനപ്രശ്നത്തിൽ ഒളിച്ചുകളിക്കാതെ സുപ്രീംകോടതി ജഡ്ജി തന്റെ നിലപാട് ജനങ്ങളോട് തുറന്നു പറയണമെന്ന് ഞാൻ ആവശ്യപ്പെടുകയാണ്."

ഒരു മാധ്യമ ജിമിക്കി ഇതിനിടയിൽ ചാടിക്കയറി ചോദിച്ചു:

"കൂടത്തായി സയനൈഡ് കൊലപാതക പരമ്പര അങ്ങ് എങ്ങനെ കാണുന്നു?"

തല്ക്ഷണമെത്തി നേതാവിന്റെ പ്രതികരണം:

"പുഴുത്തുനാറിയ പിണറായി സർക്കാരിൻ കീഴിൽ ഇവിടുത്തെ ജനങ്ങളുടെ ജീവനും സ്വത്തിനും രക്ഷയില്ലെന്നു ഞാനും എന്റെ പാർട്ടിയും അടിവരയിട്ടു ചൂണ്ടിക്കാണിക്കാൻ തുടങ്ങിയിട്ടു വർഷം മൂന്നു കഴിഞ്ഞു. ഒരുനിമിഷം വൈകാതെ ജനങ്ങളോടു മാപ്പുപറഞ്ഞു മുഖ്യമന്ത്രി രാജിവച്ചു ജനവിധി തേടണമെന്ന് ഞാൻ ഒരിക്കൽക്കൂടി ആവശ്യപ്പെടുന്നു."

കാന്താരിക്കുട്ടി വിട്ടില്ല.

"അയ്യോ സാറേ, ഇതിനകം വെളിയിൽ വന്ന ജോളിയേടത്തീടെ എട്ടു സയനൈഡ് കൊലപാതകങ്ങളിൽ ഏഴും നടന്നത് അങ്ങയുടെ കക്ഷി അധികാരത്തിലിരുന്നപ്പോഴാണല്ലോ–"

മഹാ നേതാവ് ഇളിഭ്യനായി. ഒരു നിമിഷത്തിനകം സമനില വീണ്ടെടുത്ത് അദ്ദേഹം പാവം ജിമിക്കിയെ വെരുട്ടി.

"ഈ കൊലപാതകത്തിന്റെയൊക്കെ നാൾവഴിയും പേരേടും കൊണ്ടു നടക്കുകയാണോ കൊച്ചേ എന്റെ തൊഴിൽ? മാധ്യമക്കാരായാൽ കുറെ മര്യാദ വേണം, കേട്ടോ? എന്നെ കളിപ്പിക്കാമെന്നാണല്ലോ വിചാരം? ഇതൊക്കെ എത്ര കണ്ടതാ? പോയി പണിനോക്ക്, ഹല്ല പിന്നെ! ഒരു മൈക്കും പൊക്കിപ്പിടിച്ചോണ്ട് രാവിലെ, എറങ്ങിയിരിക്കുന്നു!" വെള്ളിനേഴി നാണ്വാരുടെ മട്ടിലുള്ള നേതാവിന്റെ ഭാവപ്പകർച്ച കണ്ടു വെരണ്ടു പോയ കൊച്ച് പ്രാണരക്ഷാർത്ഥം ഓടി മറഞ്ഞു. ഓടിമറഞ്ഞ വഴിയിൽ പുല്ലു കിളിർത്തിട്ടില്ലെന്ന് പി റ്റി ഐയും റോയിറ്ററും എ എഫ് പിയും സിൻഹ്വായും റിപ്പോർട്ടും ചെയ്തിരിക്കുന്നു.

വ്യാകരണത്തിന്റെ കരണത്ത്!

ഭാഷയിൽ "പൂജകബഹുവചനം" എന്നൊന്നുണ്ട്. ശബ്ദം ഏകവചനമാണെങ്കിലും ബഹുമാനം സൂചിപ്പിക്കുന്നതിനു ബഹുവചനം പ്രയോഗിക്കുന്ന ഏർപ്പാടുതന്നെ. വൈദ്യർ, ജ്യോത്സ്യർ, അവർകൾ, തിരുവടികൾ, തൃപ്പാദങ്ങൾ എന്നും മറ്റും ഉദാഹരണങ്ങൾ.

ഓണാട്ടുകരയിലെ നാടുനീങ്ങിയ ഒരു കഥാപുരുഷന്റെ ഓർമ്മ വരുന്നു. ഏതോ ഒരാൾ വെറും "ബഗർ" ആണെന്ന് ആരോ പറയുന്നതു കേട്ട് അദ്ദേഹം തിരുത്തി. "എടോ കോന്നപ്പിള്ളേ! ബഗർ എന്നു വിളിക്കരുത്. അതു ബഹുമാനം സൂചിപ്പിക്കുന്നതാ. ആ എമ്പോക്കിയെ ബഗൻ എന്നു വിളിച്ചാൽ മതി. അവൻ അത്രയ്ക്കേ ഉള്ളൂ!"

ഞങ്ങളുടെ പ്ടാഹയിൽ പുതുതായി വന്നുചേർന്ന ഒരു കുടുംബത്തെക്കുറിച്ച് ഞാൻ എന്റെ ഡ്രൈവറോടു ചോദിച്ചു:

"സുകുമാരൻ മേസ്തിരീടെ തയ്യൽക്കടേടെ എതിരെ ആരാ ഗുണവർദ്ധനൻ പിള്ളേ പുതിയൊരു പൊറുതിക്കാർ താമസത്തിനു വന്നിരിക്കുന്നത്?"

"വോ, അതുവന്ന് ഒരു നായേഴ്സ് തന്നെ."

"ഹൊ! ആ മാരുതി പോയ പോക്ക്!"

"തന്നെ, തന്നെ. ഒരു ലേഡീസ് തന്നെ വോട്ടിച്ചത്" ഇതിനേക്കാളൊക്കെ കടുത്ത ഒരു ബഹുവചന പ്രയോഗം ഈയിടെ കേൾക്കാനിടയായി.

"വയനാട്ടിൽ ജാലികളൊക്കെ സുഖം തന്നെ. പുറംവരവും തെറ്റില്ല. പക്ഷേ, നമ്മുടെ ഒയ്ഫിന് അവിടത്തെ ക്ലൈമറ്റുകൾ തീരെ പിടിക്കിണില്ല."

ഒരു സർക്കാർ ജീവനക്കാരന്റെ പരിദേവനമാണ് "നമ്മുടെ ഒയ്ഫ്' എന്ന പ്രയോഗം ശ്രോതാവിനും വക്താവിനും, എന്നു വച്ചാൽ എനിക്കും അദ്ദേഹത്തിനും കൂടെ കൂട്ടായി കൈവശാവകാശവും കരംതീരുവയും

പട്ടയവും ഉള്ള ഒയ്ഫ് അതായതു ഭാര്യ എന്നാണ് വാച്യമായ അർത്ഥം. പഴയ പോളിയാഡ്രി. പക്ഷേ, ഇത് അപകടകരമായ ഒരു ചിന്തയാകുന്നു. കാരണം സർക്കാർ ജീവനക്കാരുടെ പെരുമാറ്റച്ചട്ടങ്ങളനുസരിച്ച് "ഭൂരികളത്ര സംഗ്രഹം" പാടില്ല – ഒയ്ഫ് ഒന്നേ ഉണ്ടാകാവു. ഹസ്ബന്റും ഒന്നു മാത്രം. കടുത്ത പാതിവ്രത്യം. "നമ്മുടെ" എന്ന പദത്തിനു വിശേഷിച്ച് അർത്ഥമൊന്നുമില്ലെന്നു ചുരുക്കം. ദോഷം പറയരുതല്ലോ. ഓണാട്ടുകരയിലും ഇത്തരം ഒരു ഉക്തിവിശേഷം നിലവിലുണ്ട്.

"ഇച്ചേച്ചി! ഒരുങ്ങിക്കെട്ടി ആരാ ഒരു ഉർവ്വശി കെഴക്കോട്ടുവച്ചു പിടിക്കുന്നതു കണ്ടത്? ഇച്ചിരിമുമ്പേ?"

"അതു കുഞ്ഞോ, ചെട്ടികുളങ്ങര കെട്ടുകാഴ്ച കണ്ടേച്ചും എണ്ണയ്ക്കാട്ടു പോകുന്ന ഒരു പെണ്ണുങ്ങളാ."

പണ്ടു സർക്കാർ ജീവനക്കാരനായിരുന്നപ്പോൾ മുടങ്ങാതെ നിയമസഭയിൽ ഉദ്യോഗസ്ഥ ഗാലറിയിൽ, ഹാജരാകുമായിരുന്നു. ഒരു പ്രമുഖ രാഷ്ട്രീയ കക്ഷിയുടെ "ട്രെയിഡ് മാർക്ക്' ആയ ഒരു ബഹുവചന പ്രയോഗം അന്നു നിരന്തരം കേട്ടിരുന്നതോർക്കുന്നു.

"സർ, സർ, തൊടുപുഴ, ഉടുമ്പും ചോല, പീരുമേട് താലൂക്കുകളിൽ വിതരണം ചെയ്യുന്ന അരികൾ...."

ദുർഗ്ഗന്ധം വമിക്കുന്ന, പുഴുവരിക്കുന്ന ഇരുമ്പരിയാണു റേഷൻ കടകൾ വഴി സർക്കാർ വിതരണം ചെയ്യുന്നതെന്ന ഗുരുതരമായ ആരോപണമാണു ബഹുമാനപ്പെട്ട മെമ്പർ ആവേശപൂർവ്വം ഉന്നയിക്കുന്നത്. പ്രതിപക്ഷം ഭരണകക്ഷിയെ ആഞ്ഞടിക്കാൻ സ്ഥിരമായി ഉപയോഗിക്കുന്ന ഒരു കുറുവടി. പക്ഷേ, 'അരികൾ?' എന്തിന്? അരി പോരേ? നമ്മുടെ സഭാദ്ധ്യക്ഷന്മാരും ഇക്കാര്യത്തിൽ ഒരു റൂളിങ് നല്കിക്കാണുന്നില്ല.

ഈയിടെ ഒരു "മരണ" വീട്ടിൽ പോകാനിടയായി. അത്യന്തം ദുഃഖസാന്ദ്രമായ അന്തരീക്ഷം. അകാലത്ത് അന്തരിച്ച മിടുമിടുക്കിയായ പെൺകുട്ടിയുടെ വെള്ള പുതപ്പിച്ച മൃതദേഹത്തിനരികിൽ ശോകവിഹ്വലരായിരിക്കുന്ന ബന്ധുമിത്രാദികൾ. അടക്കിയ കരച്ചിലുകൾ, നെടുവീർപ്പുകൾ, അടക്കം പറച്ചിലുകൾ. അതിനിടയ്ക്ക് സാമാന്യം ഉച്ചത്തിൽ ഔചിത്യം തൊട്ടുതീണ്ടാത്ത ഒരന്വേഷണം..

"ബാഡികളെടുക്കിണത് എപ്പോ? രാഹുകാലം കഴിഞ്ഞിട്ടു തന്ന്യേ?"

'ബാഡികൾ' പോലും! പണ്ട് എൻ വി പാടിയതുപോലെ പതിനാറു പൂക്കണി കാണാത്ത ഇളം മേനിയാണു "ബാഡികൾ' എന്ന കീറത്തുണി കൊണ്ടു മൂടുന്നത്!:

യാത്ര ചെയ്യുമ്പോൾ ശ്രദ്ധിച്ചിട്ടുണ്ടോ നമ്മുടെ വ്യാപാരി സമൂഹത്തിന്റെ ബഹുവചനപ്രിയം? ഹരിശ്രീ മെഡിക്കൽസ്, സൂപ്പർ ടെയിലേഴ്സ് (വൺമാൻ /വൺ വുമൺഷോ ആണെങ്കിലും ബഹു വചനം, നിർബ്ബന്ധം!) ശ്രീവിദ്യാ ഓപ്റ്റിക്കൽസ്, ആദർശ് ആഡിയോസ് ആന്റഡ് വീഡിയോസ്, ഗുരു ദേവ് ടിമ്പേഴ്സ്, റാഫി മ്യൂസിക്കൽസ് ഇങ്ങനെ പോകുന്നു പേരുകൾ. ഈയിടെ ഒരു "ഇമ്പിരിയൽ വേസ്റ്റ് പേപ്പേഴ്സ്" കാണാനിടയായി.

അരനൂറ്റാണ്ടു മുമ്പ് പെരുവഴിയിൽ നിരന്തരം കേട്ടിരുന്ന 'പ്യാപ്പർ തകരം കുപ്പീയ്' തന്നെ. ശിവകാശിക്കു പോകാനൊരുങ്ങുന്ന പഴയ പേപ്പർ കൂനകൾ. അവിടെയും കടന്നു കൂടിയിരിക്കുന്നു ഒരു ബഹുവചനം! നപുംസക ശബ്ദങ്ങൾക്കു "ചേർത്തിടേണ്ട ബഹുക്കുറി" എന്നോ മറ്റോ കേരളപാണിനിയുടെ ഒരു വിധി ഉണ്ടല്ലോ. അതു തലസ്ഥാന നഗരിയിലും പരിസര പ്രദേശങ്ങളിലും ബാധകമാണെന്നു തോന്നുന്നില്ല. ബഹുക്കുറി മാത്രമല്ല ദ്വിതീയ വിഭക്തിക്കുറി കൂടിചേർത്ത് കൊണ്ടുള്ള പ്രയോഗങ്ങൾ ഇവിടെയും സുലഭമാകുന്നു.

"മ്യാശകളിൽ വച്ചിരുന്ന പ്യാനകളെ അടിച്ചുമാറ്റിയതാരെടേ?" എന്ന ക്രുദ്ധമായ ചോദ്യംകേട്ടു ഞെട്ടേണ്ട കാര്യമില്ല. "മറ്റു പാലുകളെ ആശ്രയിക്കാതെ കുഞ്ഞിനു മുലപ്പാൽ നല്കുക" എന്ന ബോധവല്ക്കരണം ഒരു സർക്കാരാശുപത്രിയുടെ പ്രസവവാർഡിൽ മത്തങ്ങായിൽ എഴുതി വച്ചിരിക്കുന്നു. നമ്മുടെ എം എൽ എയുടെ "അരികൾ" പോലെ തന്നെ "പാലുകൾ!"

"വെള്ളങ്ങളെ പൂരാ അടിച്ചു ഫിറ്റായിട്ടു തെറികളെ വിളിച്ചു പറഞ്ഞു കൊണ്ടു കലുങ്കുകളിൽ കേറി ഇരിക്കിണ തൊട്ടികൾ'' എന്നത് സാമാന്യത്തിലേറെ കടുത്ത ഒരു അപാണിനീയ പ്രയോഗമാണ്. "കോരമാണി സാറിന്റെ സ്പീച്ച് അടിപൊളി. ഭയങ്കര വിറ്റുകളാണ്." തലസ്ഥാനത്തെ ഒരു പ്രമുഖ സാംസ്കാരിക നായകന്റെ, ആരാധകന്റെ കമന്റാണ്.

ബയങ്കരം തന്നെ! അല്ലെങ്കിൽ, പാണിനിയെയും പതഞ്ജലിയെയുമൊക്കെ ഈ കലികാലത്ത് ആരോർക്കുന്നു?

ഞാൻ പപ്പു!

പരീശരേ, ചുങ്കക്കാരേ, എടത്തുട്ടുകാരേ, ചെവി തുറന്നു കേൾപ്പിൻ!

അഭിനവ പാണിനി മഹർഷി തൊള്ളതുറന്നു പ്രഖ്യാപിച്ചിരിക്കുന്നു.

പത്മനാഭൻ എന്നൊരു പദമേയില്ല!

അതു ഭാഷയിലും നിഘണ്ടുവിലുമൊന്നും ഇല്ലാത്തപദമാകുന്നു!

മഹാ ഗുരുവിന്റെ യുക്തി ഇങ്ങനെ

സാർവ്വത്രികമായി പത്മനാഭൻ എന്നാണെഴുതുന്നത്. പിന്നെ വട്ടുപിടിച്ച എഴുത്തുകാരും കമ്പോസിറ്റർമാരും കൂടിക്കൊണ്ടുവന്നു തിരുകിക്കയറ്റി പരിഷ്കരിച്ച പത്മനാഭൻ വേണ്ടേ വേണ്ട!

പദ്മനാഭൻ ഒഴിക!

പദ്മനാഭൻ ഹാാവോ!

ഓനെ ചുട്ടുകരിച്ച് അയ്യാറെട്ടിനു വളമാക്കിനെടാ! (ഗുരു ചില്ലറക്കാരനല്ല. പണ്ട് അദ്ദേഹം വ്യാകരണത്തിന്റെ കരണത്ത്, ഇടത്തും വലത്തും പെട കൊടുത്തയാളാണ്.

അദ്ദേഹം ഉവാച:

പ്രാരബ്ധം എന്നല്ല, പ്രാരാബ്ധം എന്നാണു വേണ്ടത്. (ആ നീട്ടിനു കാരണമെന്ത് എന്നദ്ദേഹം പറഞ്ഞില്ല. അന്തസ്സംസ്ഥാനം, അന്തസ്സർവ്വ കലാശാലാ എന്നൊന്നും വേണ്ടെടേ പരട്ടകളേ! അന്തർസംസ്ഥാനം അന്തർ സർവ്വകലാശാല എന്നാണു ശരിയായ രൂപം. (തുമ്പി ഇരയ്ക്കുന്നതു പോലെയുള്ള ആർ എങ്ങനെവന്നു ഗുരോ എന്നാരും ചോദിക്കാൻ ധൈര്യപ്പെട്ടില്ല!)

മഹർഷി പൊറുക്കണം. ക്വാപിക്കരുത്, പണ്ട് അഹല്യേടത്തിയെ ശപിച്ചുകല്ലാക്കിയപോലെ കടുംകൈ ഒന്നും ചെയ്തുകളയരുത്. പണ്ഡിതാഖണ്ഡലനായ അവിടന്ന് ഇഷ്ടപ്പെട്ടാലും ഇല്ലെങ്കിലും. പദ്മനാഭൻ

എന്നൊരു പദമുണ്ട്. യെസ് സാർ ഉണ്ട്.

പോരാ സാർ, അതുതന്നെയാണ് ശരിയായ പദം, അതു സംസ്കൃതത്തിൽനിന്നു കടമെടുത്തതാണ്. പദ്മനാഭൻ എന്നുതന്നെയാണ് സംസ്കൃതത്തിൽ എഴുതുന്നത്, പത്മനാഭൻ എന്നല്ല.

അതുകൊണ്ടാണു സാർ, സംസ്കൃതം പഠിച്ച ശബ്ദതാരാവലിക്കാരൻ ഓരോ പത്മത്തിനുമൊപ്പം ബ്രാക്കറ്റിൽ പദ്മ എന്നെഴുതാനോർത്തത്. മൂലം സംസ്കൃതമാണ്. അവിടെ പദ്മനാഭൻ എന്നു തന്നെയാണ് എഴുതുന്നതും ഉച്ചരിക്കുന്നതും. എറ്റിമോളജി, സാർ അതുകൊണ്ടാണ് സാർ, മഹാപണ്ഡിതനായ ബി സി ബാലകൃഷ്ണൻ അദ്ദേഹത്തിന്റെ ആധികാരികമായ *ശബ്ദസാഗരം* എന്ന മഹാനിഘണ്ടുവിൽ 'പദ്മ' എന്ന രൂപം തന്നെ കൊടുത്തിരിക്കുന്നത്.

അതുകൊണ്ടുതന്നെയാണ് സാർ സംസ്കൃത സാഹിത്യത്തിൽ ആസകലാൽപ്പാടെ 'പദ്മ' എന്നു തന്നെ പഠിക്കുന്നത്.

അവിടുന്നു കലമ്പരുത്. സഹസ്രാബ്ദങ്ങളായി അതങ്ങനെയാണ്. അതു മാറ്റാൻ നമുക്കാർക്കും അധികാരമില്ല സാർ.

പ്രഗത്ഭൻ, പ്രഗത്ഭൻ, പ്രഗൽഭൻ എന്നൊക്കെ പ്രൊഫസർമാർ വരെ വച്ചുകാച്ചുന്നില്ലേ സാർ? അങ്ങേയ്ക്കറിയാം. പ്രഗല്ഭൻ എന്നാണ് ശരിയായ രൂപം.

വാത്മീകി, വാൽമീകി, വാത്മീകി എന്നൊക്കെ വിളിച്ച് ആദി കവി വാല്മീകിയെ അപമാനിക്കുന്നില്ലേ സാർ?

അതുപോകട്ടെ പപ്പനാവനു കുഴപ്പമൊന്നുമില്ല. (പൽപ്പനാവനായാലും കുഴപ്പമില്ല) നമ്മളൊക്കെ ശ്രീപപ്പനാവസ്സാമീരെ ആറാട്ടു കണ്ടു തുടങ്ങിയിട്ടു കാലം കുറേ ആയല്ലോ. ഇത്തിപ്പോരം കൂടെ പുരോഗമിച്ചാലോ സാർ? പപ്പനാവൻ എന്നു നീട്ടിവലിച്ചു പേശുന്നതെന്തരിനു സാർ? പപ്പൻ പോരേ? അല്ലെങ്കിൽ പപ്പു? ശ്രീകണ്ഠേശ്വരം പപ്പൻ പിള്ള! ശ്രീകണ്ഠേശ്വരം പപ്പുള്ള!

ഗ്രേറ്റ്

അതല്ലെങ്കിൽ കേരള പാണിനി പണ്ടുപറഞ്ഞതുപോലെ, "തമിഴിന്റെ വഴിക്ക്" ആയാലോ?

പത്തനാവൻ!

(നമ്മ ഫിനാൻസ് സെക്രട്ടറി പത്തനാവയ്യരെ മറന്തുപോച്ചാ സാർ? രൊമ്പ കട്ടിക്കാരൻ! അടേ അപ്പാ!) ഇനിയും ചുരുക്കാം.

പത്തു പട്ടു!

സരസകവി മൂലൂർ പത്മനാഭപ്പണിക്കരെ സാർ കേട്ടുകാണുകയില്ല. (യുജീസികൾപോലും കേട്ടുകാണുകയില്ല)

അദ്ദേഹത്തിന്റെ അസാമാന്യമായ സിദ്ധികൾ കണ്ടു സന്തുഷ്ടനായ അന്നത്തെ സാഹിത്യലോകത്തെ സാർവ്വഭൗമൻ, കേരളവർമ്മ വലിയ കോയിത്തമ്പുരാൻ. പണിക്കരെ നിരന്തരം പ്രോത്സാഹിപ്പിച്ചു പോന്നു. ഒരു പൊൻമോതിരം സമ്മാനിച്ചു.

സവർണ്ണ കവികൾക്കു രസിച്ചില്ല. ജാതിക്കുശുമ്പന്മാർ അദ്ദേഹത്തെ നിരന്തരം ആക്ഷേപിച്ചു. അദ്ദേഹത്തിന്റെ *കവി രാമായണ*ത്തിന്റെ പാരഡിയായി ഒടുവിൽ കുഞ്ഞിക്കൃഷ്ണമേനോൻ ഒരു "കവി മൃഗാവലി' എഴുതി.

"അപ്പത്ര പംക്തികൾ തകർത്തമറുന്ന കൂറ്റൻ പപ്പുപ്പണിക്കർ തടിയൻ കിടിയാണു നൂനം"

എന്നായിരുന്നു ഹീനമായ പരിഹാസം (കിടി= പന്നി. കാട്ടുപന്നി)

പോകട്ടെ സാർ. ഭാഷാപരിഷ്കരണമൊന്നും നമുക്കു വേണ്ട. അയ്യം തന്നെ! അതൊക്കെ നമുക്കു വീസീമാർക്കും മുൻ വീസിമാർക്കും ശ്രേഷ്ഠഭാഷാ ഉസ്താദുമാർക്കും മഹാകവികൾക്കും പലവക സാംസ്കാരിക നായകന്മാർക്കും ബുദ്ധിജീവികൾക്കുമൊക്കെ വിട്ടുകൊടുക്കാം.

അല്ലെങ്കിൽത്തന്നെ ഗൂഗിളിന്റെയും വാട്ട്സാപ്പിന്റെയും ടിറ്ററിന്റെയും ബ്ലോഗിന്റെയുമൊക്കെ ഈ മധുരമനോഹരമനോജ്ഞകാലത്ത്, നിഘണ്ടുവും വ്യാകരണവും നോക്കാൻ ആരുമെനക്കെടും കൂവേ എന്നു ചോദിക്കുന്നത് ടി വഹക്കാരാണ്. അക്ഷരത്തെറ്റും വ്യാകരണത്തെറ്റും ഉച്ചാരണത്തെറ്റുമൊക്കെ അവിടേക്കിടക്കട്ടെ ടോ മൂപ്പിലേ! ആശയം മനസ്സിലായാൽപ്പോരെ എന്നാണു ചോദ്യം!

കലികാലം തന്നെ സാർ!

എന്റെ ശ്രീപദ്മനാഭാ!